கவிதை: இன்றுமுதல் அன்றுவரை

கவிதை: இன்றுமுதல் அன்றுவரை

வண்ணநிலவன் (பி. 1949)

1949 டிசம்பர் 15 அன்று திருநெல்வேலியில் பிறந்தார். தந்தை உலகநாதன், தாய் ராமலட்சுமி. வண்ணநிலவனின் இயற்பெயர் ராமச்சந்திரன். *கண்ணதாசன், கணையாழி, அன்னைநாடு, புதுவை குரல், துக்ளக், சுபமங்களா* ஆகிய பத்திரிகைகளில் பணியாற்றியுள்ளார். குறிப்பிடத்தக்க மொழிபெயர்ப்புகளுடன் ஐம்பதுக்கும் மேற்பட்ட கவிதைகள், நூற்றைம்பதுக்கும் மேற்பட்ட சிறுகதைகள், ஏழு நாவல்கள், முந்நூற்றுக்கும் மேல் கட்டுரைகள் என எழுதியுள்ளார்.

‘கடல்புரத்தில்’ நாவலுக்காக இலக்கியச் சிந்தனை விருது, ‘தர்மம்’ சிறுகதைத் தொகுப்புக்காகத் தமிழக அரசு விருது ஆகியவற்றுடன் புதுதில்லி ராமகிருஷ்ண ஜெய் தயாள் மனிதநேய விருது, ‘சாரல்’ இலக்கிய விருது, எஸ்.ஆர்.வி. தமிழ் இலக்கிய விருது, வாலி விருது, ‘விஜயா’ வாசகர் வட்டத்தின் ஜெயகாந்தன் விருது, உலகத் தமிழ்ப் பண்பாட்டு மைய விருது, கோவை கொடீஸியா வாழ்நாள் சாதனையாளர் விருது, அமெரிக்கா வாழ்தமிழர்கள் வழங்கும் புதுமைப்பித்தன் நினைவு விளக்கு விருது ஆகியவற்றைப் பெற்றுள்ளார். ‘அவள் அப்படித்தான்’ திரைப்பட வசனகர்த்தாக் களுள் ஒருவர். ‘கடல்புரத்தில்’ தூர்தர்ஷனில் பதின்மூன்று வாரத் தொடராக ஒளிபரப்பானது. வண்ணநிலவனின் மனைவி பெயர் சுப்புலட்சுமி. இவர்களுக்கு இரண்டு மகள்களும் ஒரு மகனும் உள்ளனர். தற்போது சென்னையில் வசித்துவருகிறார்.

வண்ணநிலவன்

கவிதை: இன்றுமுதல் அன்றுவரை

காலச்சுவடு பதிப்பகம்

அன்பார்ந்த வாசகருக்கு,

வணக்கம்.

காலச்சுவடு நூலை வாங்கியமைக்கு நன்றி.

நூலின் உள்ளடக்கம், உருவாக்கம், அட்டைப்படம் இன்ன பிற அம்சங்கள் பற்றிய உங்கள் கருத்துகளையும் ஆலோசனைகளையும் காலச்சுவடு வரவேற்கிறது. தகவல், எழுத்து, வாக்கியப் பிழைகள் தென்பட்டால் கட்டாயம் தெரிவித்து உதவுங்கள். நூல் தயாரிப்பில் கடும் குறைபாடு இருப்பின் மாற்றுப் பிரதி உங்களுக்குக் கிடைக்கக் காலச்சுவடு ஏற்பாடு செய்யும்.

மின்னஞ்சல்: publisher@kalachuvadu.com

காலச்சுவடு நாகர்கோவில் தலைமையகத்துக்கும் கடிதம் அனுப்பலாம்.

தங்கள்
எஸ்.ஆர். சுந்தரம் (கண்ணன்)
பதிப்பாளர் – நிர்வாக இயக்குநர்

கவிதை: இன்றுமுதல் அன்றுவரை ◆ கட்டுரைகள் ◆ ஆசிரியர்: வண்ணநிலவன் ◆ © ராமச்சந்திரன் ◆ முதல் பதிப்பு: டிசம்பர் 2022 ◆ வெளியீடு: காலச்சுவடு, 669, கே.பி. சாலை, நாகர்கோவில் 629001

காலச்சுவடு பதிப்பக வெளியீடு: 1083

kavitai: inRumutaL anRuvarai ◆ Essays ◆ Author: Vannanilavan ◆ © Ramachandran ◆ Language: Tamil ◆ First Edition: December 2022 ◆ Size: Demy 1 x 8 ◆ Paper: 18.6 kg maplitho ◆ Pages: 72

Published by Kalachuvadu, 669, K.P. Road, Nagercoil 629001, India ◆ Phone: 91-4652-278525 ◆ e-mail: publications@kalachuvadu.com ◆ Printed at: Adyar Students xerox Pvt. Ltd., No. 275 Habibullah Road, Triplicane high Road, Opp Triplicane Post Office, Triplicane, Chennai 600005

ISBN: 978-93-5523-074-4

பாரதிக்கும்
ந. பிச்சமூர்த்திக்கும்

பொருளடக்கம்

முன்னுரை	11
யவனிகா ஸ்ரீராம்	15
போகன் சங்கர்	17
கண்டராதித்தன்	19
ரவிசுப்பிரமணியன்	21
கடங்கநேரியான்	24
வெய்யில்	27
சுகிர்தராணி	29
சேரன்	31
இசை	33
ஜெ. பிரான்சிஸ் கிருபா	35
சமயவேல்	37
ஷங்கர் ராமசுப்ரமணியன்	39
சபரிநாதன்	41
ஸ்ரீநேசன்	43
சுகுமாரன்	45
தேவதேவன்	47
கலாப்ரியா	50
விக்ரமாதித்யன்	53
கல்யாண்ஜி	55
ஞானக்கூத்தன்	57

சுந்தர ராமசாமி	59
தர்முசிவராம்	61
நகுலன்	64
க.நா.சு. (மயன்)	67
ந. பிச்சமூர்த்தி	70

முன்னுரை

எல்லா மொழிகளிலும் கவிதைதான் ஆதி இலக்கிய வடிவமாக இருந்துவருகிறது என்று சொல்வதில் தவறில்லை. இந்த முடிவையொட்டி, பாரதிக்குப் பிந்திய கவிதைகளையும் கவிஞர்களையும் முடிந்தவரை இனம் காணும் முயற்சிதான் இது. பாரதிக்குப் பின் அவரது வசன கவிதைகளைத் தாண்டி, புதுக் கவிதை என்று அடையாளம் கூறப்பட்ட நவீன கவிதைகளை முதல் முதலில் எழுதியவர் ந. பிச்சமூர்த்தி. இவரிடமிருந்து தொடங்கும் நவீன கவிதையை அவரிடமிருந்து தொடங்காமல், தற்காலத்தில் எழுதிவரும் யவனிகா ஸ்ரீராமிடமிருந்து தொடங்கிப் பின்னோக்கிச் சென்று ந. பிச்சமூர்த்தியைச் சென்றடையலாம் என்று எனது நண்பரும் கவிஞருமான விக்கிரமாதித்யன் கூறினார். அவரது யோசனை எனக்குப் பிடித்திருந்தது. எனவே நிகழ்காலத்திலிருந்து கடந்த காலத்தை நோக்கிச் செல்வது என்று முடிவு செய்தேன்.

'கவிதை' என்றால் என்ன?

தமிழ்க் கவிதை, இரண்டாயிரத்துக்கும் மேற்பட்ட ஆண்டுத் தொடர்ச்சியுடையது. சங்கக் கவிதை என்ற வளமான கவிமரபு தமிழுக்கு இருக்கிறது. சிலப்பதிகாரம், மணிமேகலை முதலான காப்பியங்களும் தமிழில் ஏராளமாக உள்ளன. கம்பர் ராம காதையைத் தமிழில் தந்துள்ளார். 'பக்தி இலக்கியம்' என்ற தனிவகையும் தமிழில் உள்ளது. இவைதவிர ஏராளமான தனிப்பாடல் திரட்டுக்களும் தமிழில் குவிந்து கிடக்கின்றன. திருவள்ளுவரின் தனி வகையான கவிதை வடிவமும் புதுமையானதுதான். நமது கவிச் செல்வம், பெருஞ்செல்வம்.

அன்றைய கவிதைகளையும் சரி, இக்காலக் கவிதைகளையும் சரி, தொடர்ந்து வாசிக்கும்போது, மூன்று முக்கிய உறுப்புகளைக் கவிதைகள் கொண்டிருப்பதாக அவதானிக்க முடிகிறது. அவை தருணம் (இதைக் 'காலம்'

என்றும் கருதலாம்), காட்சி, உணர்வு என்று கருதுகிறேன். இம்மூன்றும் இல்லாமல் கவிதை இல்லை. இவற்றில் ஏதாவது ஒரு உறுப்பு மட்டுமோ அல்லது இரண்டு உறுப்புகள் மட்டுமோ கூட அமையலாம். ஆனால் இவை–தருணம், காட்சி, உணர்வு– இல்லாமல் கவிதை அமைய முடியாது என்றே தோன்றுகிறது.

இந்த மூன்றையும் 'மொழி' என்ற சரடு இணைக்கிறது. கவிஞனது அக, புற உலகுகளை மொழி என்ற சரடைக் கொண்டு, மேற்கண்ட மூன்று உறுப்புக் கண்ணிகளையும் இணைப்பதன் மூலம் கவிதை பிறக்கிறது என்று நான் விளங்கிக் கொள்கிறேன். அமானுஷ்ய, பெருங்கற்பனைகளாக இருந்தாலும் சரி, கவிதையில் மேற்கூறிய செயல்கள்தான் திரும்பத் திரும்ப நிகழ்கின்றன. இது கவிதை உருவாகும் அடிப்படைச் சட்டகம்.

என்றாலும் பெரும்பாலான கவிதைகள் காட்சி, உணர்வு அல்லது உணர்ச்சி என்ற இரு உறுப்புகளைச் சார்ந்தே அமைகின்றன. அகநானூற்றில் ஒரு கவிதை. மகள் தன் காதலனுடன் ஓடிப்போக, தாய் அழுது புலம்புவது இன்று போல் அன்றும் நடந்துள்ளது, மாமூலனார் என்ற கவிஞர் எழுதியது.

கொடிய கோடைக் காட்சி விவரிக்கப்படுகிறது. மலைகள் வெடிக்கிற அளவுக்கு சூரியன் வெப்பமாக இருந்தது. வெப்பத்தினால் மூங்கில்களெல்லாம் எரிந்து கரிந்துவிட்டன. காலம் – வெயில்காலம். காட்சி – கோடைகாலக் காட்சி. அப்படிப்பட்ட காட்டின் வழியாக அந்தப் பெண் தன் காதலனுடன் செல்கிறாள்.

> காய்ந்து செலற்கனலி கல்பகத் தெறுதலின்
> ஈந்துகுருகு உருகும் என்றூழ் நீள் இடை
> உளிமுக வெம்பரல் அடிவருத் துறாலின்
> விளிமுறை அறியா வேய்கரி கானம்
> வயக்களிற்று காளையொடு என் மகள்

– என்று நிகழ்வு காட்சிப்படுத்தப்படுகிறது.

இனி, அத்தாயின் உணர்வு சொல்லப்படுகிறது.

> கழிந்ததற்கு அழிந்தன்றோ இலனே! ஒழிந்துயாம்
> ஊது உலைக் குருகின் உள்உயிர்த்து அசைஇ
> வேவது போலும் வெய்ய நெஞ்சமொடு
> கண்படைபெறேன் கனவ - ஒண்படைக். . .

அவளை நான் பிரிந்து, உலை ஊதும் துருத்திபோல் மெலிந்து, தீயில் வேகுவதுபோல் வெந்து, தூக்கமின்றி, அவளையே கனவில் கூடக் காண்கிறேன் என்று அந்தப் பெண்ணின் தாய் தன் உணர்வுகளைக் கூறுகிறாள்.

– இதோ இக்காலக் கவிஞரான யவனிகா ஸ்ரீராம்:

ஒரு பெண்ணைச் சேர்த்துக் கொண்டு
திரிகிற துக்கம் தாளவில்லை எனக்கு.
அனுதினமும்
அறைச்சுவர்கள் கூச்சலிட்டு என்னை
இறுக அணைக்கின்றன
கால்வீசி உறங்க இயலாதபடிக்கு
என்நித்திரை நின்றபடி நேர்கிறது.

ஒரு பெண்ணைச் சேர்த்துக்கொண்டு திரிகிற கஷ்டத்தை, உணர்வை யவனிகா கூறுகிறார். பின்னர் அறைச்சுவர்கள் கூச்சலிட்டு அவரை இறுக அணைக்கிற காட்சியையும், கால் நீட்டிப் படுத்துறங்க முடியாத நிலையையும் விவரிக்கிறார். ('அனுதினமும்' என்ற சொல்லை நீக்கிவிட்டால் கவிதை இன்னும் இறுக்கம் பெறும்.)

எதை எழுத வேண்டும் என்ற பொறி மனத்தில் தட்டியதுமே அதில் தோன்றும் மொழி, கவிஞனைத் தழுவியணைத்துக் கொள்ளத் தயாராகிவிடுகிறது. மொழிக்குள் ஆழ்ந்து மூழ்கித் திளைக்கத் திளைக்கக் கவிஞன் சொற்சரட்டின் வழியே கவிதையை நிகழ்த்திக்கொண்டே செல்கிறான். மொழி அவனை இழுத்துக்கொண்டே செல்கிறது.

மெல்லிணர்க் கொன்றையும் மென்மலர்க் காயாவும்
புல்லிலை வெட்சியும் பிடவும் தளவும்
குல்லையும் குருந்தும் கோடலும் பாங்கரும்
கல்லவும் கடத்தவும் – கமழ்கண்ணி மலைந்தனர்...

(முல்லைக்கலி, பாடல்: 3)

கற்பிதங்கள் அற்ற
முத்தங்கள் வேண்டி
உலர்கின்றன உதடுகள்
தீப்பற்றி எரியச் செய்யும்
பார்வைக் கணைகள்
உடல் முழுக்கக்
காயங்களாக...

– அ. வெண்ணிலா

இக்காலக் கவிதைகளில் அர்த்தத்தையோ பொருளையோ தேடிக்கொண்டிருக்க முடிவதில்லை. ஒன்றிரண்டு வரிகளில் துலங்கும் அர்த்தம், அதைத் தொடரும் அடுத்த வரிகளிலேயே குலைந்துபோகிறது. வெறும் சொற்கட்டு மட்டுமே எஞ்சுகிறது. அர்த்தத்தை மீறி மேவுகிறது மொழி. பெரும்பாலான இக்காலக் கவிதைகள் மொழியின் நயத்திற்காகவே எழுதப்படுகின்றன. கண்டராதித்தனின் கவிதை இது:

. . . இங்கிருந்து என் ஆணையேற்றுத்
தொடங்கிய பிரளயம்
தீராத மணிக் கதவுகளைத் தானே
திறந்து பொற்றேர் ஏறி
போவதைப் பாரேன்

– இதுவரை ஒரு அர்த்தத் தொடர்ச்சி கவிதையில் தென்படுகிறது. ஆனால் அடுத்துவரும் வரிகள் வேறொரு காட்சிக்குத் தாவி, அர்த்தத் தொடர்ச்சி நிகழவொட்டாமல் செய்கின்றன.

நிகல லோகத்தின் சூன்ய திசையிலும்
செந்தழல் பற்ற
மலைகள் உருகி நதிவழியோடி
கருகி மடிந்தன

– என்று வேறொரு காட்சியைக் கண்டராதித்தன் முன்வைக்கிறார். இந்தக் கவிதா யுக்தி தர்முசிவராமின் காலத்திலிருந்து தொடர்கிறது. இரண்டொரு அல்லது மூன்று வரிகளுக்கொரு காட்சி மாறிக்கொண்டே இருக்கிறது. முந்திய வரிகளின் அர்த்தத் தொடர்ச்சியைக் குலைக்கிறார்கள். இதை நான் – லீனியர் தன்மை என்றும் கூறலாம். ஆகவே இக்கால வாசகர் கவிதை முழுவதும் செம்பொருளைத் தேடிச் சலிக்க வேண்டியதில்லை. கவிதைக்குள் மொழி நிகழ்த்தும் கிளர்ச்சியை, அவை தரும் லகரியை அனுபவித்தால் போதும். இப்படிக் கவிதை எழுதுவது சரியா என்ற கேள்விக்கு இடமில்லை. கலை சுதந்திரமானது; கட்டுகளற்றது. தனது கற்பனை வீச்சுக்கு ஏற்றவாறு மொழியை இலக்கியகர்த்தா பயன்படுத்திக்கொள்வதைக் குறைசொல்ல முடியாது.

இக்காலக் கவிஞர்களில் சிலர் தங்களுடைய எல்லாக் கவிதைகளையும் ஒரே மாதிரி, ஒரே தொனி, நடையில் எழுதுவதில்லை. பாராவுக்குப் பாராகூட நான் லீனியராய், சொல்லும் முறையை மாற்றுகிறவர்கள் இருக்கிறார்கள். இதனால் தங்களுடைய தனித்துவமான நடை என்று இவர்கள் எதையும் முன்வைப்பதில்லை. 'தனித்துவம்' என்பதை இறுகிக் கெட்டித் தட்டிப்போனதாகவும் காண முடியும். ஒரே மாதிரியான நடைச் சட்டகத்தில் எழுதிச் செல்வது அக்காலத்தில் தனித்துவம் என்று சிலாகிக்கப்பட்டது. ஒரே மாதிரி எழுதி அயர்வுறச் செய்யாமை இன்றைய கவிஞர்கள் சிலரிடம் இருக்கிறது. இதுவும் சரிதானா, இல்லையா எனக் காலம்தான் தீர்மானிக்கும்.

திருநெல்வேலி **வண்ணநிலவன்**
10.05.2022

யவனிகா ஸ்ரீராம்

இவரது கவிதைகளைப் படித்து வருகிறபோது, என்னால் சர்ரியலிஸ ஓவியங்களை நினைக்காமலிருக்க முடியவில்லை. சினிமாவில் 'மான்டேஜ்' என்ற காட்சியமைப்புகள் உண்டு. ஒன்றுக்கொன்று தொடர்பற்றது போல் தோன்றும் காட்சிகளைத் தொகுத்தால் இறுதியில் ஒரு பொருள் தோன்றும். தமிழில் இன்று எழுதும் பெரும்பாலான கவிஞர்களிடம் உள்ள எழுதும் பாணியை சர்ரியலிஸ, மாண்டேஜ் வகைப்பட்ட, நவீன எழுத்து என்று வகைப்படுத்தலாம். இந்த வகைப்படுத்தலுக்குள் யவனிகா ஸ்ரீராமின் கவிதைகள் வருகின்றன.

தொடர்பற்ற காட்சிகளையும் உணர்வுகளையும் விவரிப்பது இக்காலக் கவிதைகளின் முகமாக இருக்கிறது. இது யவனிகா ஸ்ரீராமின் கவிதைகளில் தூக்கலாக உள்ளது. அர்த்தத்திற்கும் அர்த்தமின்மைக்கும் வரிகள் மாறி மாறி நழுவுகின்றன. எதிர்பாராத சொற்களை இணைத்துப் படிமமாக்கி ஒரு வியப்பைத் தனது சில கவிதைகளில் இவர் தோற்றுவிக்க முயல்கிறார். ஆரம்ப காலக் கவிதைகள் ஒருவிதமான இயல்பு தளத்தில் நிகழ்ந்தாலும், பிற்காலக் கவிதைகளில் இடம்பெறும் உணர்வு களையும் காட்சிகளையும் நொடிக்கு நொடி மாற்றிக் காட்டும் இயல்பும் அவற்றில் ஊடாடி நிற்கின்றன.

'நிலாக்காலத்தில் நெருங்கும் புன்னகை' என்ற கவிதை, யவனிகாவின் ஆரம்பகாலக் கவிதைகளில் ஒன்று என்றே கருதுகிறேன். இக்கவிதையின் ஆரம்ப வரிகள் ஒரு பொருள் தொடர்பைக் கொண்டிருக் கின்றன.

கசிந்து வடியும் இந்த வியர்வைக்கிடையே

('இந்த' என்ற சொல் தேவையில்லை – வ.நி)

> வாகனங்களைத் துரத்தி
> உன்னைக் காதலிக்க முடியவில்லை
> உன் ஒளியுமிழும் காதலனைப் பற்றிய கற்பனைகள்
> எனக்கு அச்சமூட்டுகின்றன
> அவன் அதிநவீன உடையில் உலகின் பெருநகரங்களை
> கடந்து போகிறவனாக இருக்கிறான்

என்று இயல்பாக நகரும் கவிதை, திடீரென 'அவனது வாகனம் ஆளரவமற்ற 'நிலாக் கால இரவில் கடற்கரையில் காத்துக்கிடக்கிறது' என்று நாம் நினைத்தறியாத இடத்திற்கு இட்டுச் செல்கிறது.

'திருப்பம்' என்ற கவிதை அருமையான, வாசகனுக்கு உவப்பளிக்கும் வரிகளைக் கொண்டிருக்கிறது. 'வேட்டையாடு வம்சாவளி' என்ற கவிதை வெளிநாட்டைக் காட்சிப் படுத்துகிறது. ஊசியிலை மரங்கள், ஆப்பிள் அறுவடை, வெண்பனி பொழியும் வனங்கள், ஜெனிபர், கொழுத்த யூரோ நாணயங்களை எல்லாம் விவரிக்கிறது. 'நழுவ விட்ட அதரங்கள்' என்ற கவிதையின் தலைப்பே வசீகரமாக இருக்கிறது.'நீ நழுவவிட்ட அதரங்களோடு / புகைப்பானைப் பொருத்துகிறேன் / உன்வியர்வை முகடுகளில் / நட்சத்திரங்கள் மினுங்கிக்கொண்டிருக்கின்றன' என்று படிமங்கள் தொடர்ந்து வந்து விழுகின்றன.

'தடயம்' என்ற கவிதையின் கடைசி இரண்டு வரிகளும் சர்ரியலிஸமாய் விரிகின்றன. 'அதன் முதுகில் ஒரு தவளை அதன் முதுகில் / மிதிவண்டியின் மணல் தடயம்.' 'ஒரு கேலிச் சித்திரக்காரனின் பிரச்னை' என்ற கவிதையில் யதார்த்த உலகின் குரூரங்களை மாண்டேஜ் காட்சிகளுடன் கவிதைப்படுத்துகிறார் கவிஞர். காட்சிகளும் தருணங்களும் உடைபட்டுக்கொண்டே இருக்கின்றன.

சில கவிதைகளில் மார்க்ஸியம் மெலிதாக இடம் பெறுகிறது. அது பிரசாரமாக இல்லாமல், கவிதை வரிகளுடன் இசைவாகப் பொருத்தப்பட்டுள்ளது. 'கிரகம்' – அமானுஷ்யத்தை, கவிஞரின் கற்பனையை, யதார்த்த ஒப்பனைகளுடன் விவரிக்கிறது. முக்கியமான கவிதை.'பதினேழு அர்த்தங்களில் ஒரு கவிதை'யும் என்னை ஈர்த்த கவிதைகளில் ஒன்று.ஞானக்கூத்தன், தர்மூசிவராம், கலாப்ரியா, விக்ரமாதித்யன் போல், தனக்கென்று தனித்த கவிநடையைக் கொண்டவரல்ல யவனிகா ஸ்ரீராம். என்றாலும் 'குறிப்பிடத்தக்க கவிஞர்' என்ற இடத்தை அடைந்துள்ளவராகவே தோற்றம் தருகிறார்.

போகன் சங்கர்

தற்காலக் கவிதை வாசகருக்கு போகன் சங்கரை நினைவுபடுத்த வேண்டியதில்லை. இதுவரை நான்கு கவிதைத் தொகுப்புகளை போகன் சங்கர் வெளியிட்டுள்ளார். இந்த 2021இல் நாளுக்கொரு கவிதைத் தொகுப்பு எங்கிருந்தாவது வெளிவருகிறது. இவ்வளவு நெருக்கடி மிக்க கவிதையுலகில், தன்னைக் கவிஞனாக நிலைநிறுத்திக்கொள்வதற்குச் சகலவிதமான வித்தைகளையும் ஒரு கவிஞன் காட்ட வேண்டியதிருக்கிறது. போகன் சங்கரும் தன்னை நிலைநிறுத்திக்கொள்ள புதுமை, நவீனம் என்ற பேரில் ஏதேதோ முயற்சிகளில் ஈடுபடுகிறார்.

'சிறிய எண்கள் உறங்கும் அறை' என்ற போகன் சங்கரின் சமீபத்திய தொகுப்பில், ஒற்றை வரியில் எழுதப்பட்டவற்றை எல்லாம், கவிதை என்று அவர் சாதிக்கும் போக்கு தெரிகிறது. அந்த ஒற்றை வரிகளுக்குத் தலைப்புகளும் வைத்து வாசகனை அவர் மிரட்டுகிறார்.

'என்னே அதிசயங்கள்! இவர் மரித்தும் போகிறார்' என்கிற வரியை, 'கவிதை' என்று வாசகர்களைக் கருதச் சொல்கிறார். இன்னொரு வரி 'நீலி இவை உனது வீழ்ந்திடாத மழைத் துளிகள்' என்கிறது. இதையும் கவிதை என்று கவிஞர் சாதிக்கிறார். இந்த இரண்டு வரிகளையுமே அவற்றின் தலைப்புகளாகப் பொருளடக்கத்தில் கொடுத்திருக்கிறார். இதில் கவிதையோ புதுமையோ என்ன இருக்கிறது என்பதை அவர்தான் விளக்க வேண்டும். இதுபோன்ற மேம்போக்கான, 'கவிதை'

என்பதையே கேலிக்கூத்தாக்கும் பல இடங்கள் இத்தொகுப்பில் உள்ளன. இதை இத்தொகுப்பின் பின்னட்டைக் குறிப்பும் வலியுறுத்துகிறது. கவிதையில் கேலி இருக்கலாம்; தவறில்லை. ஆனால் அது கவிதையாக இருக்க வேண்டும். பின் நவீனத்துவம் அல்லது அதி நவீனத்துவம் 'ஒற்றைவரியில் கவிதை இருக்கக் கூடாதா' என்ற கேள்வியை எழுப்பினாலும் எழுப்பலாம். ஆனால் போகன் சங்கருக்குக் கவிதை எழுத வருகிறது என்பதை, அவரது சில வரிகளே மெய்ப்பிக்கின்றன.

'படிகளில் தவறிவிழுவது போல் எளிதானது/இந்த இடத்துக்கு வருவது' என்ற வரிகளில் கவிதை இல்லாமலில்லை. (கவிதையின் தலைப்பே இந்த வரிகள்தான்.) இந்த வரிகளைத் தொடர்ந்து அடுத்து வரும் 'மீண்டும் மீண்டும் ஒரு மறதி வளைவு திரும்பியதும் படிகள் வருகின்றனதானே?' என்கிற வரிகளில் 'வருகின்றனதானே' என்ற சொல் கவிதையாகாமல் நிற்கிறது. 'சிறிய எண்கள் எங்கு உறங்கும் என்று அவள் கேட்டாள்' என்கிற வரியில் 'அவள்' என்ற சொல் தேவையில்லாமல் உடனிருக்கிறது. 'போல என்று நான் சொன்னேன்' என்ற வரியிலுள்ள 'நான்' தேவையில்லை. கவிதையில் இவை எல்லாம் வெறும் வளவளப்பாகிவிடும்.

அடுத்த கவிதை 'எனது நாய் ஒருபோதும் என்னை வேறு ஒருவராக/நினைத்துக்கொள்வதில்லை/உறக்கத்தில் கூடி/நோயில் கூட/மரணத்தில் கூடி/அது நாயாய் இருப்பதிலிருந்து மாறிவிட்ட பின்பும் கூட' என்று முடிகிறது. இதில் கூட, கூட என்று அடுக்கத் தேவையில்லை. இப்படி இருந்தாலே போதும் 'உறக்கத்தில்/நோயில்/மரணத்தில் கூட' என்று கடைசி வினைச் சொல்லுடன் மட்டும் 'கூட' என்பது இருந்தால் போதும். கவிதைக்குச் சொற்சிக்கனம் அவசியம். லெக்சரோ விரிவுரையோ கவிதையாகாது.

'கிளம்பிய எல்லா கப்பல்களும் மனிதனை அடைந்தன' என்று தொடங்கும் கவிதையில், மூன்றாவது வரி, 'ஒளி எப்போதும் விதை வடிவில் இருக்கிறது/விதை வடிவில் ஒடுங்குகிறது/எல்லா விதைகளும் அவிழும் போது மனிதனுருவை அடைகின்றன...' என்று நீள்கிறது கவிதை. இந்த வரிகளில் கவிதை நிகழ்கிறது. 'நட்சத்திரம் எனும் போது இசை எழும்புகிறது' என்று தொடங்கும் கவிதையில் 'மொழியின் சருமம் அமிர்தப் புள்ளிகளைக் கொண்டிருக்கிறது' என்று, அபாரமான படிமம் வந்து விழுகிறது. இதுபோன்ற அபூர்வமான வரிகளை அடைய, வாசகன் ஏராளமான மலட்டு வரிகளைக் கடக்க வேண்டியதிருக்கிறது. கவிதையாகத் தேர்வது சில வரிகள்; வெறும் பதர்களாகக் குவியும் வரிகள் நிறைய.

இதுதான் போகன் சங்கரின் கவியுலகம்.

கண்டராதித்தன்

தற்காலக் கவிஞர்களில் கண்டராதித்தன் மிக முக்கியமானவர். இதுவரை மூன்று கவிதைத் தொகுப்புகளைக் கண்டராதித்தன் வெளியிட்டிருக் கிறார்என்றுநினைக்கிறேன்.வாழ்வின்மெய்ம்மைக்குள் புனைவுகளைப்பொதிந்துதருகிறார் கண்டராதித்தன்; அல்லது புனைவுக்குள் மெய்ம்மையைப் பொதிந்து தருகிறார் என்றும் கொள்ளலாம். இவரது கவிதை களுக்கான உருவங்கள், தாமே கவிதைக்குள் திரளுகின்றன. தினசரி கவிதை எழுதுபவரல்ல கண்டராதித்தன். தோன்றும் போது எழுதுகிறார். அதனால்தானோ என்னவோ இவரது கவிதைகள் பெரும்பாலும் இறுக்கமான கட்டமைப்பிலும், சொற் சிக்கனத்துடனும் காட்சி தருகின்றன. நூதனமான, புதுமைமிக்க பொருளை விவரிப்பதில் இவர் ஆசுவாசம் கொள்கிறார் என்று தோன்றுகிறது. ஆனால் இவரும் கவிதைக்குள் பூடகத்தன்மையை இடையறாது சொருகிக் கொண்டே செல்கிறார். 'புதன்கிழமை' என்ற கவிதையில் இறுதி வரிகள் இவை:

புதன்கிழமை இரவும்
புதன்கிழமை பகலும்
தமது துயரங்களை என்னிடம் தெரிவித்தன
நிச்சயம் அதுவொரு புதன்கிழமை இரவா
புதன்கிழமை பகலா என்பது மட்டும்
எனக்கு நினைவில் இல்லை

—என்று ஒரு போதவுணர்வுடன் கவிதை முடிகிறது. 'புதன்கிழமைகள்' என்றே இன்னொரு கவிதை இருக்கிறது.

கண்டராதித்தனின் கவிதை மொழியில் மரபு என்றோ தொன்மம் என்றோ கருதத்தக்க காட்சி களும் இடையிடையே விரிகின்றன. பஞ்சமுக

விளக்குகளை / ஒளிச்செய்து / சிவபாதசுந்தரனைப் பணிந்து ...' என்று மரபைத் தொடுகிறார் கவிஞர். 'உருவும் திருவும்' நீண்ட கவிதை. மேலெழுந்தவாரியாக இது ஒரு காதல் கவிதை போல் தோன்றுகிறது. ஆனால் கவிதைக்குள் பொருளும் மொழியும் மடங்கி மடங்கி ஒரு லகரியை ஏற்படுத்துகின்றன '... நாசம் பெருக்கிய இரவுகளையெல்லாம் / அள்ளி அள்ளி ஓங்காரியுன் பார்வை படாத / புதர்களில் பதுக்க / இன்னும் இன்னும் என நீ கோரும் குரலை / திசைகள் மூன்றும் தின்று தீர்த்தன ...' என்று நீள்கிறது கவியின் குரல்.

'சா'வும் 'சீதமண்டல'மும் நீண்ட கவிதைகளே. சீதமண்டலத்தில் 'மகிஷபுரி' என்ற ஊர் கட்டமைக்கப்படுகிறது. 'கண்டராதித்தன் கவிதைகள்' தொகுப்பில் நித்யா என்ற பெண் சில கவிதைகளில் தோன்றித் தோன்றி மறைகிறார். 'சீதமண்டலம்' கவிதை ஒரு நவீன புராணம் போலவே விரிகிறது.

'திருச்சாழல்' தொகுப்பில் 'நீண்டகால எதிரிகள்', 'சங்கரலிங்கனாரின் லீனியர்குடி' போன்ற கவிதைகளில் மெலிதான பகடி இழைகிறது. 'நீண்டகால எதிரிகள்' கவிதையை, கவிதையறியாதவர் யாரும் எழுதியிருந்தால் உரத்த பிரகடனமாகியிருக்கும். ஆனால் கண்டராதித்தனின் தேர்ந்த மொழிநடை '... அவர்கள் நம் விரோதிகள் அல்லர் / நாம் எதிர்பாராத அதிரூபங்கள் / அவ்வளவே ...' என்று வன்முறையாளர்களைப் பகடி செய்கிறது. மெலிந்த மென்மையான சொற்களில் கவிதையைக் கண்டராதித்தன் நடத்திச் செல்கிறார்.

'சங்கரலிங்கனாரின் லீனியர்குடி' இக்கால இலக்கிய உலகின் போக்கைச் சுட்டுகிறது. 'சங்கரலிங்கனார்' என்று 'ஆர்' விகுதியைப் போட்டுக்கொள்ளும் பெருந்தமிழ்ச் சார்பாளர்களைக் கவிதையின் தலைப்பிலேயே இடித்துரைக்கிறார். குடிப்பதை, இலக்கியச் சொல்லாடலான லீனியர் – நான் லீனியர் என்று பகுத்துப் பகடி செய்கிறார் கவிஞர். இதுபோல் 'கடவுள் முட்டாள்களிடம் அன்பாயிருக்கிறார் என்பது உண்மைதான்' என்ற நீண்ட தலைப்புக் கொண்ட கவிதையிலும் மெலிதான கிண்டல் உள்ளது. 'தனித்தவில்' என்று இசை நிகழ்ச்சிகளில் கூறப்படுவதைப் பகடி செய்கிறது கவிதை.

விதவிதமான உருவம், உள்ளடக்கங்களைக் கொண்டு எழுதுபவர் எழுத்துக் கலைஞராகிறார். கண்டராதித்தனின் கவிதைகளில் நூதனமும் மொழியும் கை கோத்து நிற்கின்றன. கேலியுணர்வையும் எளிதாகக் கவிதையாக்குகிறார். பூரணமான கவிஞர் கண்டராதித்தன் என்பதில் எந்தச் சந்தேகமும் இல்லை.

ரவிசுப்பிரமணியன்

வளர்ந்துவரும் இன்றைய தலைமுறைக் கவிஞர்களில், இதுவரை வெளிவந்துள்ள ஆறு தொகுப்புகளால் ஒரு முக்கியமான கவிஞராக ரவிசுப்பிரமணியன் அறியப் பெற்றிருக்கிறார். இவர் கட்டுரையாளராகவும் ஆவணப்பட இயக்குநராகவும் செயல்பட்டு வருகிறார். என்றாலும் இதுவரை வெளிவந்துள்ள இவரது ஐந்து கவிதைத் தொகுப்புகளின் மூலம் தற்காலக் கவிதையுலகில் இவரது இடமென்ன என்று பார்க்கலாம். ஒப்பனை முகங்கள், காத்திருப்பு, காலாதீத இடைவெளியில், சீம்பாலில் அருந்திய நஞ்சு, விதானத்துச் சித்திரம், நினைவின் ஆழியில் அலையும் கயல்கள் ஆகிய தொகுப்புகளில் படிப்படியாக இவரது கவிதை கூறும் முயற்சி, அனுபவத்தை வெளிப்படுத்தும் முறை, மொழி ஆகியவற்றில் ஒரு படிநிலை காணப்படுகிறது. படிநிலை என்றால் கீழிறங்கும் படிநிலையல்ல. இன்னும் வெளிவராத இவரது அண்மைக் காலத்துக் கவிதைகள் முந்திய ஐந்து தொகுப்புகளையும் விட, முற்றிலும் புதிய, ஆங்காங்கே படிமங்கள் தோன்றி மறையும் வெளியீட்டு முறையைக் கொண்டுள்ளன.

முதல் தொகுப்பான ஒப்பனை முகங்களில் உள்ள கவிதைகள் உரத்த குரலைக் கொண்டிருக்கின்றன. பல கவிதைகளில் பாமரத்தனமான, மேலெழுந்தவாரி யான வெளியீட்டு மொழி காணப்படுகிறது. இது குறையல்ல. இன்று வளர்ந்து நிற்கும் பெரும்பாலான கவிஞர்களின் ஆரம்பகாலக் கவிதைகள் உரத்த குரலுடன், தட்டையான மொழியைத்தான்

கொண்டிருக்கும். ஆனால் காலப்போக்கில், இந்த இடத்திலிருந்து கவிஞன் நகர்ந்து விடவேண்டும். இந்த நிலை ரவிசுப்பிரமணிய னுக்கு வாய்த்திருக்கிறது.

ஒப்பனை முகங்களில் ஒரு கவிதை:

மிருகக் காட்சி சாலையில்
சுற்றம் இழந்து
சுதந்திரம் இழந்து
தனிமைக் கவலையில்
சாதுவாய் உறங்கும்
மிருகம்

—என்று முடிகிறது. இது தட்டையான காட்சிக் கவிதை. பூடகமாக கவிஞர் எதையும் உணர்த்தவில்லை. நேரடியாகத் தனது கவிப் பொறியை வாசகனிடம் கூறுகிறார். 'தலையுதிர் காலமா?' என்ற கவிதை அரசியல் – சமுதாய நடப்பை விவரிக்கிறது.

...சீழ்பிடித்துப் போனது
என் தேசம்
காயமாய் இருக்கும்போதே
கட்டுப் போடாத
காரணத்தால்
சீழ்பிடித்துப் போனது
என் தேசம்

—என்று தட்டையான விவரிப்பு மொழியைக் கொண்டிருக்கிறது. சமூக, அரசியல் உணர்வுகளைக் கவிதையாக்கக் கூடாது என்பதில்லை. ஆனால் அதில் கவித்துவம் இருக்க வேண்டும். இத்தொகுப்பில் எழுதப்பட்ட முன்னுரையில் பாலா, 'மொழிக்குள் இன்னொரு மொழியை உருவாக்கும் சாகசமே கவிதை' என்கிறார். இது ரவிசுப்பிரமணியனின் பெரும்பாலான கவிதைகளில் நிகழவில்லை. 'காத்திருப்பு தொகுப்பில் 1992இல் நடந்த மகாமகக் குள நிகழ்வுபற்றிக்கூட கவிதை உள்ளது. சினிமா தியேட்டரில் பார்த்த பெண்ணை அல்லது காதலியைப் பற்றி எழுதியிருக்கிறார். கடந்தகால நினைவுகளைப் பற்றிய இம்சை செய்யும் சில கவிதைகளும் இதில் உள்ளன.

'விதானத்துச் சித்திரம்' தொகுப்பில் கவிதையைச் சொல்லும் முறையில் சில கவிதைகளில் கவித்துவம் தலைகாட்டுகிறது. ஒரு கைதியைப் பற்றிக்கூட ரவிசுப்பிரமணியன் எழுதியிருக்கிறார் (நாம் ஏன் அவனை அப்படி ஆக்கினோம்). இது சற்றே நீண்ட கவிதை. கடைசி வரிகளை, 'ஆனாலும் தாய் அறியாது/குழந்தையின் விரல்கள் இழுத்த/துண்டின் நூல்களில் சேகரமாயிருந்தது/ அவனின் சில இரவுகளுக்கான/நினைவுகள்' என்று கவிதையைக் கவித்துவத்தோடு முடிக்கிறார்.

'மலருதிர் மகிழ மரம் நீ' என்ற கவிதையில் பிடியைத் தவற விட்ட முல்லைக் கொடி / காற்றில் தவிக்கிறது' என்றும், 'கிரஹ சுழற்சி' கவிதையில் 'ஈர அடியைக் கரையில் வைக்க/மண்ணெல்லாம் புல்லாகிச் சிரிக்கிறது' என்றும் கூறும்போது கவித்துவத்தின் சாரம் வாசகனின் மனத்துக்குள் இறங்குகிறது. ரவிசுப்பிரமணியனின் இதர நான்கு தொகுப்புகளை விட 'விதானத்துச் சித்திரம்' தொகுப்பில் பல கவிதைகள் கவிதைக்குரிய லட்சணங்களுடன் இருக்கின்றன. 'நினைவின் ஆழியில் அலையும் கயல்கள்' என்ற தொகுப்பில் சில கவிதைகள் தேறுகின்றன. யோனியைப் பற்றி அடிக்கடி எழுதாததற்காகவே இவரைப் பாராட்டலாம்.

கடங்கநேரியான்

அந்நாளைய திருநெல்வேலி மாவட்டத்தில் ஊர்ப்பெயர்களைக் கொண்டு இட்டமொழிக்காரர், உவரிக்காரர், வாகைக் குளத்தாள், பொட்டல்காரி என்றெல்லாம் அழைக்கும் பழக்கம் இருந்தது. இந்த வழக்கம் கேரளத்தில் கூட உண்டு. இதுபோல் கவிஞர் கடங்கநேரியானும் தன் ஊர்ப் பெயரைக் கொண்டு கவிதைகள் எழுதுகிறார். நிராகரிப்பின் நதியில், யாவும் சமீபித்திருக்கிறது, சொக்கப்பனை ஆகிய தொகுப்புகளை வெளியிட்டுள்ளார். அவருடைய சொக்கப்பனை தொகுப்பிலுள்ள கவிதைகள் வேறு மாதிரியாக இருக்கின்றன. இத் தொகுப்பின் முன்னுரையில் 'நான் வாழும் காலத்தில் நடக்கும் சமகால அரசியலை, நிகழ்வுகளை முடிந்த அளவிற்குக் கவிதைகளில் படைத்திருக்கிறேன்' என்று சொல்லியிருக்கிறார். இவரது கவிதைகளில் கிராமத்து நிலக்காட்சிகளும் கிராமப்புற பழக்கவழக்கங்களும் அந்த வாழ்வும் மீட்டெடுக்கப்பட்டுள்ளன. தனது இணைப் பெண்ணிடம், 'புளியம்பூக்களைப் பனைவெல்லம் கூட்டி / அம்மிக் கல்லில் நசித்தெடுத்த பக்குவம் / நம் கூடல்...' என்கிறார். புளியம் பூக்களைக் கருப்பட்டியுடன் சேர்த்து அரைத்துத் தின்பது கிராமப் பகுதியில் வழக்கம். இந்த வழக்கத்தைச் சொல்லி நம்மை அந்தத் தொல்லுலகிற்கு அழைத்துச் செல்கிறார் கவிஞர்.

இத்தொகுப்பில் கவிஞரின் அரசியல், அரசியல்வாதிகள், அதிகார வர்க்கம் பற்றிய அவதானிப்புகள் எரிச்சலாகவும் கேலியாகவும்

வந்து கவிகின்றன. 'மாட்டுக் கறி உண்போர்க்கு/ஹிந்தியத்தில் இடமில்லை' என்கிற வரிகள், கசந்து போன ஹிந்துத்வா மீது கூறப்படும் விமர்சனமே. இன்னொரு கவிதையில் 'தென்னங்கீற்றுக் கொட்டகைகள் பற்றியெரிகின்றன/சாதிக் கட்சிகளின் தேவைகளின் பொருட்டு' என்று சாதிக்கட்சிகளை விசனிக்கிறார். வெயிலுக்கு அஞ்சி ஓடும் முயல்களைப் பற்றிக் கூட கடங்கநேரியானின் கவனம் குவிகிறது '...தரிசுக் காட்டின் புதர் மீறித்துழாவும்/தாகமெடுத்த பரிதிச் சர்ப்பத்திற்கு அஞ்சி/வாழைத் தோட்டம் தேடி ஓடுகின்றன/சிறு முயல்கள்...' சங்கக் கவிதைகளில் விவரிக்கப்படும் நிலக்காட்சி போலுள்ளன இவ்வரிகள்.

தங்க நாற்கரச் சாலைகள் சமீப காலத்திய வரவு. குளிர்பானக் கம்பெனிகள் நீர்நிலைகளை உறிஞ்சுவதும் நவீன வாழ்வின் கோலம். இவை கிராமத்து வாழ்வைப் பாதிக்கிற முறையைக் கவிதையாக்குவது கடினம். இவை அரசு நிர்வாகம், அரசின் திட்டங்கள் குறித்தவை. ஆனால் மனத்தில் ஈரம் நிரம்பிய கடங்கநேரியான் இவற்றைக் கவிதையில் சொல்லிப் போகிறார். மழை பொய்த்த கிராமக் காட்சியிலிருந்து தொடங்குகிறது கவிதை.

'பருவம் தவறிப்போக/வேறு வழியில்லாமல்/காளைக் கன்றைத் தூர தேசத்திற்குக் கைமாற்றி விட்டார்/செல்லையா தாத்தா/ஏரோட்டிய நிலம்/நாற்கரச் சாலையென நீண்டு கிடக்கிறது /வெயில் தாளாமல் உருகியோடும் தாரில் கரையும்/லாடக்கம்பி/கானலென வெள்ளாமை/நிலம் திரும்பும் காளைக் கன்று கமலைத் தடம் தேடி/வீழ்ந்தது குளிர்பானக் கிணற்றில் மனம் பிறழ்ந்தது' என்று முடிகிறது கவிதை. இன்றைய விவசாயியின் பாட்டை இதைவிடக் கவித்துவத்தோடு எப்படி சொல்ல முடியும்?

நகரங்களில் ரிலையன்ஸ், மோர், பிக்பஜார் என்று பெரிய பெரிய டிப்பார்ட்மெண்டல் ஸ்டோர்கள் வந்து, சிறு மளிகைக் கடைக்காரர்களைத் திணறடிக்கின்றன. எல்லாப் பொருட்களும் பிராண்டட் கம்பெனிகள் விற்பனை செய்யும் பொருட்களாக இருக்கின்றன. மளிகைக் கடைகளும் நியூஸ் பேப்பர்களில் கட்டித் தரப்படும் பொருட்களும் இல்லாமல் போய்க் கொண்டிருப்பதை ஒரு கவிதையில் கவனப்படுத்துகிறார். '... டிப்பார்ட்மெண்டல் ஸ்டோரின்/பிராண்டட் பாக்கெட்களில்/மளிகைக் கடைக்காரர்களின் மூச்சு திணறுகிறது ...' என்கிறார் கடங்கநேரியான்.

இக்காலத்தில், சமூகசேவை செய்கிறோம் என்ற பேரில் வெளிநாட்டுப் பணத்தில் கொழிக்கும் என்.ஜி.ஓ.க்கள் நாடெங்கும் மலிந்து கிடப்பதைக் கடங்கநேரியான், 'NGO–க்களின் காசில்

மதுவருந்தி/பூர்வகுடிகளுக்கான செலவில் கணக்கெழுதுகிறார்கள் /தேவைக்கும் அதிகமாகப் பெருத்துத் தொங்குகிறது/தசை...' என்று கூறுகிறார். இந்தச் சமூக அக்கறையை மட்டுமே இவர் கவிதையாக்கவில்லை. பூனைகள் அடுப்புச் சாம்பலில் படுத்துறங்குவது அக்காலக் கிராமங்களில் தென்படும் (இப்போது எல்லா வீடுகளிலும் கியாஸ் வந்துவிட்டது.) சாதாரணமான காட்சி. இதை, '...சாம்பல் பூத்தேடிச் சோர்வடைந்த/பூனையொன்று/ அடுக்களைச் சுவற்றில் விறகடுப்பை வரைகிறது...' என்கிறார் கவிஞர். எவ்வளவு அருமையான படிமம் இது.

எளிமையான சொற்கள், எளிய கவிநடை, உருவப் பம்மாத்து இல்லாத கவிதை வரிகள் என்று விரிகின்றன கடங்கநேரியானின் கவிதைகள். 2016இல் வெளிவந்த 'சொக்கப்பனை' தொகுப்புக்குப் பின் இவர் எழுதாமல் போனது துரதிருஷ்டமே.

வெய்யில்

சூரியனின் இன்னொரு பெயர் 'வெய்யோன்'. சென்ற நூற்றாண்டுக்காரர்கள் 'வெயில்' என்றுதான் எழுதினார்கள். நானும் அப்படித்தான் எழுதினேன். ஆனால் இந்தத் தலைமுறை 'வெய்யில்' என்றே எழுதுகிறது. இது இலக்கணப் பிழையாகாது. கவிஞர் வெய்யில் கவிதையாக்கும் கணங்கள் பெரும்பாலும் அகவுலகு சார்ந்தவை. என்றாலும் அதில் புறவுலக மெய்ம்மைகளும் கண்ணிகளாகக் கட்டப்பட்டுள்ளன. கிராமிய உலகமும், அப்பா–அம்மா–அக்கா முதலான குடும்ப உறவுகளும் பெரிதும் கவிதைகளாகின்றன. குற்றத்தின் நறுமணம், கொஞ்சம் மனது வையுங்கள் தோழர் ஃப்ராய்ட், மகிழ்ச்சியான பன்றிக்குட்டி, அக்காளின் எலும்புகள் ஆகிய தொகுப்புகளிலுள்ள கவிதைகளே போதும், இவரொரு நவீன கவி என்று சொல்ல.

நிலம், மாடுகள்சார்ந்த கடந்த காலக் கிராமிய வாழ்வை இழந்த சோகம் இவரது கவிதைகளெங்கும் சிந்திக் கிடக்கின்றன. யதார்த்தத்தைச் சதாவும் புனைவினால் நெய்துகொண்டு இருக்கின்றன.

'... அழுது தீர்த்த இப்பாழிரவில்
சர்ப்பத்தின் பாதியுடல்
சிக்கிக் கொண்டிருக்கிறது
அம்மாவின் வயிற்றுக்குள்
விரல்களின் ரத்தப் பிசுபிசுப்பை நக்கும்
தாய்ப் பூனையில் வைரக் கண்களுதவும்
இனியான ராப்பயணங்களில்'

– வேட்டை

யதார்த்தத்தின் புள்ளியும் புனைவின் புள்ளியும் அழிகின்றன.

'...கண்களை வாசித்துவிடும் நள்ளிரவு நாய்கள்,
வெறிகொண்டு துரத்துகிறது இரவுதீர...'

(தீரா இரவு)

உணர்வுகளையும் காட்சிகளையும் வெய்யிலும் பல இக்காலக் கவிஞர்களைப் போல மோதவிடுகிறார். இது தற்காலக் கவிதைகளின் உள்ளூறை.

தவறிப் பெருந்திணைக்குள் நுழைகிறது
ஒரு டூவீலர்
அதன் பின்னிருக்கையில் என்ரோசாப்பூ
எனது ஆட்டைக் கொன்று, குடலைப் பிடுங்கி
சூரியனில் பதம் செய்கிறேன்...

(எங்கோ ஏங்கும் கீதம்)

அறம் தவறிய உலகம் கவிஞரைப் பெரிதும் பாதிக்கிறது. 'ஆறுகள் லாரிகளில் ஏற்றிச் செல்லப்படுகின்றன' என்ற நிகழ்கால அவலத்தை 'அறத்தடி நீர்' என்ற கவிதையில் கூறுகிறார். 'நீர் விலையேறிவிட்டது / ஏன் எதற்கென்றெல்லாம் கேட்கக் கூடாது / ஆத்திரத்தில் ஒருவன் நாக்கைப் பிடுங்கி / மேகத்தை நோக்கி வீசுகிறான் / மொத்த ஊரையும் நின்றபடி / புதைத்துக் கொண்டிருக்கிறோம் / ஒரு நீள மண்புழுவாக பூமியினாழத்தில் / நீர்தேடிப் போகிறோம்...'

'நான் மகிழ்ச்சியான பன்றிக்குட்டி' என்ற கவிதை வாசகனின் கவிதை குறித்த அவதானிப்புகளை நொறுக்குகிறது. இக்கவிதையில் குரூரம் இருக்கிறது; ஆனால் அது உலகிலுள்ள குரூரமே. விருந்தினர்களுக்காக வெட்டப்படும் பன்றி, தானாகவே வந்து வெட்டு மேசையில் வந்து படுத்து, வெட்டச் சொல்கிறது. ஆனால் அதன் எதிர்ப்புணர்வு அடுத்தத்தலைமுறைப் பன்றியிடம் வெளிப்படுகிறது. 'அதன் குட்டி என் சுண்டுவிரலைத் தின்றுவிட்டது / 'கேரட் என்று நினைத்தேன்' என்றபடி தலைகுனிந்து நின்றது / நானதன் விழிகளில் / எதிர்ப்பின் சிறு ஒளிவளையத்தைக் கண்டேன்' என்று கவிதை நிறைவுறுகிறது.

'அக்காளின் எலும்புகள்' தொகுப்பு முற்றிலும் புதிய விஷயங்களையும் கவிமொழியையும் கொண்டிருக்கிறது. 'ன்' என்ற கவிதை 'வெய்யில்' படித்த தமிழ்க் கல்வியை நினைவுபடுத்துகிறது. எனக்குப் பிடித்த பல கவிதைகளில் இதுவும் ஒன்று. வெய்யில் தனது நூதனமான நடையினால் ஒரு தனித்த பாணியைத் தோற்றுவிப்பதில் வெற்றிபெற்றுள்ளார்; இதை அவரது கவிதைகள் உறுதிப்படுத்துகின்றன. பல நவீன, அதி நவீன கவிஞர்களைப் போல் எடுத்ததெற்கெல்லாம் 'யோனி, யோனி' என்று எழுதாத வெய்யிலையும் எவ்வளவு வேண்டுமானாலும் பாராட்டலாம்.

சுகிர்தராணி

2002இல் இவரது முதல் தொகுப்பான 'கைப் பற்றி என் கனவு கேள்' வெளிவந்தது. இதுவரை ஆறு கவிதைத் தொகுப்புகள் வெளிவந்துள்ளன. சுகிர்தராணி தற்காலத் தமிழிலக்கியப் பரப்பில் மிக முக்கியமான கவிஞராக அறியப்படுகிறார். இவரது கவிதைகள் ஒடுக்கப்படுகிறவர்களின் குரலாக ஒலிக்கிறது. ஒடுக்கப்படுகிற பெண்கள், ஒடுக்கப்படுகிற சமூகத்தினரின் குரல்களைக் கவிதையின் சகல சாத்தியங்களுடனும் இக்கவிதைகள் வெளிப்படுத்துகின்றன. இதுவே சுகிர்தராணியின், அவரது கவிதைகளின் தனித்துவம்.

கவிஞரின் ஆரம்பகாலக் கவிதைகளைக் கொண்டுள்ள 'கைப்பற்றி என் கனவு கேள்' தொகுப்பிலுள்ள பெரும்பாலான கவிதைகள், எல்லா வகை மாதிரிகளுடன் கூடிய கருக்களையும் கொண்டிருக்கின்றன. இக்கவிதை களில் அகம் – புறமென்று மாறிமாறிச் சஞ்சரிக்கிறார். 'இலையுதிர்காலம்' என்ற கவிதை இதற்கு ஒரு உதாரணம். சில கவிதைகளில் காதலுணர்வுகள் மண்டிக்கிடக்கின்றன. இதர தொகுப்புகளில் பெண்ணுடல் சிதைக்கப் படுவதைச் சன்னதத்தோடு வெளிப்படுத்துகிறார்.

இவரது கவிதைகளைப் படிக்கும்போது, 'மாதவிக்குட்டி' என்ற பெயரில் எழுதிய மலையாள எழுத்தாளரும் – கவிஞருமான கமலாதாஸ் நினைவுக்கு வருவதைத் தவிர்க்க முடியவில்லை. ஆனால் மாதவிக் குட்டியை விடவும் சுகிர்தராணி, தனது சமூகச் செயல்பாட்டைத் தனது கவிதைகளினூடாக வெளிப்படுத்துகிறார்.

உடம்பைப் பற்றிய விவரிப்பும் பெண்ணுடலின் அவதியும் கவிஞரால் திரும்பத் திரும்ப முன்வைக்கப் படுகிறது. ஆனால் இதுவே இவரது பிரதான பாடுபொரு ளாக இருக்கிறது. பெண்மையக் கவிதைகளை வாசகன் இப்படித்தான் பழகிக்கொள்ள வேண்டியதிருக்கிறது.

இவரது எல்லாக் கவிதைகளையும் இந்த ஒற்றை வகைமைக்குள் அடக்கிவிடவும் முடியாது. 'தழும்புகள்' (இரவு மிருகம்) என்ற கவிதை பயிரிடலைப் பற்றிய கவிதை போல் தோன்றினாலும், இறுதியில் 'அகழ்ந்தெடுத்த இடத்திலெல்லாம் பிரசவத் தழும்புகள்' என்று பெண்ணுடல் சார்ந்தே கவிதையை முடிக்கிறார்.

'இரவு மிருகம்' என்று குறிப்பால் உணர்த்துவது ஆண்களைத்தான் என்று கொள்ள வேண்டும். இத்தொகுப்பின் பின் அட்டையில், '...காதல் என்பது ஒரு வர்த்தகப்பெயராக, பெண் உடல் என்பது ஒரு வணிகப் பொருளாக மாற்றப்பட்டு விட்ட சூழலில், இச்சையின் ஆதி அர்த்தத்தை மீட்டு, அதன் வழி பெண்ணின் விடுதலையைச் சாதிக்க முயல்கிறார்...' என்று கூறப்பட்டுள்ளமை சுகிர்தராணியின் கவியுலகைப் புலப்படுத்துகிறது.

இத்தொகுப்பிலுள்ள 'ஒருவழிப் பாதை'யும் 29, 32ஆம் பக்கக் கவிதைகளும், 'பறக் கடவு'ளும் விளிம்பு நிலை மனிதர்கள் குறித்து உரத்துக் கூறுகின்றன. 'பழஞ் சொற்களின் மரணம்' குறிப்பிடத்தக்க கவிதை. 'தீண்டப் படாத முத்தம்' தொகுப்பில் ஈழத் தமிழர்களின் நிலையைப் பற்றிப் பல கவிதைகள் உள்ளன.

மேலெழுந்தவாரியாக அவதானிக்கும்போது சுகிர்தராணி உடலின் இச்சைகளையும் பெண்ணுடலையும் அதிகமும் புனைகிறார் என்று தோன்றும். ஆனால் இவரது எல்லாத் தொகுதி களையும் படித்தபின், இவரது புழங்குமொழியே இதுவெனப் படுகிறது. இச்சைகளின் மொழியிலும், பெண்ணுடல் குறித்த வெளிப்படைத் தன்மையிலும், தாழ்த்தப்பட்ட விளிம்புநிலை மக்களின் வாழ்க்கைப்பாடுகளைப் பொதிந்து தருகிறார். தன் மனவுலகை சுகிர்தராணி இப்படித்தான் வெளிப்படுத்துகிறார். கவிஞரின் சமூக – அரசியல் செயல்பாடுகள் என எல்லாமே முத்தமென்றும் புணர்வென்றும் உடலிச்சையின் சங்கேத மொழிகளாக வெளிப்படுகின்றன.

கவிப் பொருளுக்காக இவர் மெனக்கெடுவதே இல்லை. 'ஆட்டுக்குட்டியின் மயிர்' (இப்படிக்கு ஏவாள்) கவிதை ஆட்டுக்குட்டியின் மயிரிலிருந்து தொடங்கி அதிலேயே நிறைவு பெறுகிறது. ஆட்டுக்குட்டியின் மயிரை முன்வைத்து சுகிர்தராணி தன் பாடுகளை விவரிக்கிறார். 'முதுகின் மேலொரு சேரி' என்ற கவிதையில் 'மரத்தின் தசையைப் பரப்பிச் செய்த மேசையில்' என்று புதுப்படிமம் வந்து விழுகிறது.

சுகிர்தராணி தன்னைத் தவிர்க்கவியலாத கவிஞராக நிலைநிறுத்திக் கொண்டுள்ளதைச் சொல்லித்தான் ஆக வேண்டுமென்பதில்லை. அவரது கவிதைகளே இதை மெய்ப்பிக்கின்றன.

சேரன்

ஈழத்துக் கவிஞர்களுள் சேரனை விட்டுவிட்டு கவிதைகளைப் பேசிவிட முடியாது. மஹாகவியின் புதல்வர் சேரன். மஹாகவி, மரபு வழிப்பட்ட கவிதைகளை எழுதியிருந்தாலும் அவரது இடம் தமிழ்க் கவிதையுலகில் தனித்துவமானது. சேரனிடம் தந்தையின் பாதிப்பு கணிசமாக உள்ளது. சேரன் மரபை உடைத்து எழுத வந்தாலும், முற்றிலுமாக அவர் உடைத்துவிடவில்லை. சுந்தர ராமசாமி சொல்வது போல், 'நமது பண்டைக் கவிதையின் தொடர்ச்சியாக இருப்பது அவரது கவித்துவம்' என்பதில் உண்மை இல்லாமல் இல்லை. இது குற்றமல்ல. இப்படியும் கவிதைகள் அமையலாம்; எழுதலாம்.

சேரன் கவிதைகளில் போர்குறித்த கவிதைகள் நிறையவே உள்ளன. 'நீ இப்பொழுது இறங்கும் ஆறு' தொகுப்பில் இதுபோன்ற கவிதைகள் கணிசமாக உள்ளன. இது போல் காதலுணர்வு குறித்தும் சேரன் நிறைய எழுதியிருப்பதாகப் படுகிறது. 'நூறு நாளாயிற்று/காதல் தகிப்பையும் மோகச் சுகிப்பையும் / உன் கவிதையில் கண்டு / எழுதேன் எனக்கொரு கவிதை என / நான் கேட்பதை விரும்பாய்......' என்றெல்லாம் தன் காதலுணர்வை வெளிப்படுத்து கிறார்.

29.07.1987இல் ஜெய்வர்த்தனேவும் ராஜீவ் காந்தியும் சந்தித்ததைக் கூடக் கவிதையாக எழுதியிருக்கிறார். '...தானியங்கித் துப்பாக்கித்

தொடர்வேட்டு/கணநேரக் கொலைத் தீர்ப்பு/எரிப்பு/தெருவுக்குச் சாம்பல்/குழந்தைகளின் கனவுக்கு இரத்தம்/ஆக/இப்போதைய எண்ணிக்கை/15,587'. என்கிறார் சேரன். இதுபோல் பல யுத்தக் கவிதைகள், கவிதையாகாமலே உள்ளன. உணர்வுகள் கவிதையாக வேண்டும். அது, சேரனிடம் அபூர்வமாகவே நிகழ்கிறது. ஆனாலும் சேரன் தொடர்ந்து எழுதிவருவதால், தன்னைக் கவிதையுலகில் இனம்காட்டிக் கொள்கிறார்.

இசை

கவிஞர் இசையின் உறுமீன்களற்ற நதி, வாழ்க்கைக்கு வெளியே பேசுதல் ஆகிய இரண்டு தொகுப்புகளையும் வாசித்தேன். பெரும்பாலும் கவிஞர்கள் நூதனமாகக் கவிதை புனைய யத்தனிப்பவர்கள். இந்த யத்தனம் இசையிடமும் தென்படுவது ஆச்சரியமில்லை. இசை முயற்சிசெய்யும் நூதனம், முடிந்தவரை கவிதைக்குள் எள்ளலைக் கொண்டு வருவது. எல்லாக் கவிதைகளையும் ஒரே மாதிரி எழுத நினைக்காதவராக இசை தென்படு கிறார். பெரும்பாலான கவிஞர்கள், ஏதாவதொரு கவிதை நடையைத் தேர்வு செய்துகொண்டு, அந்தச் சட்டகத்திற்குள் எல்லாப் பொருளையும் ஆயாசமின்றி, உடல் நோகாமல், மனம் நோகாமல் நுழைக்கும் கவிதைகளைச் செய்கிறவர்களாகவே தோன்றுகிறார்கள். இசை தனக்கென்று எந்த விவரிப்பு நடையையும் பிரத்தியேகமாகக் கொண்டிருக்க வில்லை. சில தற்காலக் கவிஞர்களைப் போல் உத்திகளுக்காகக் கூட இவர் மெனக்கெடவில்லை. மிக யதேச்சையாக, முடிந்தால் லேசான எள்ளலுடன் கவிதை எழுதினால் போதும் என்று இவர் நினைப்பது போலத் தோன்றுகிறது. சில கவிதைகளுக்குள் அபூர்வமாக 'ஃபாண்டஸி'யைக் கொண்டு வருகிறார்.

'பிச்சாந்தேகி' என்ற கவிதையில் மிகுபுனைவை எழுதுகிறார். 'ஒவ்வொரு இரவிலும் / தன்னுடலை வட்டவடிவ / அலுமினிய தட்டாக்கி / யௌவனம் கொழுத்த வீடுகளின் / முன் நிற்கிறான் அவன்...' இன்னொரு கவிதையின் தலைப்பு மிக மிக

நீண்டதாக, 'எவ்வளவு பலம் கொண்டு ஊதியும் அதிகாரத்தின் மயிர் அசையாதது கண்ட பின் ஒவ்வொரு மயிராகச் சுடத் துவங்கிவிட்டவன்' என்று உள்ளது. 'அழகான சொற்றொடர்' என்ற கவிதையில் 'அழுதோம் அழுகிறோம் அழுவோம்'என்ற வரிகளில் பாமரத்தனமே உள்ளது. இந்தச் சொற்களை நீக்கினாலும் கவிதைக்குக் குறையொன்றும் வராது. 'மயக்கு மருந்துகளைத் தவிர்க்கவும்' கவிதையில் தட்டுப்படும் அந்த மனிதனின் ஆத்திரமும் கோபமும் நேரடியான காரணமில்லாததாக ஒரு புதிர்த்தன்மையைக் கொண்டுள்ளது.

'சிறுகோட்டுப் பெரும்பழம்' அசாதாரணமான ஃபாண்டஸியைக் கொண்டுள்ளது. இதற்கடுத்த 'ஏது' என்ற கவிதை வெறும் காட்சிக் கவிதையாக முடிந்து போகிறது. மூன்று கி.மீ கவிதையும், காட்சிக் கவிதையே. 'வெற்றி, மிகப் பெரிய வெற்றி' என்ற கவிதையின் தலைப்பிலுள்ள சிறு எள்ளல் கவிதையை வாசித்து முடித்த பின் தோன்றுகிறது. உள்ளிருந்து வெளிப்பட்ட /கருநாகம் தீண்டிச் செத்தான் –என்று மிகு கற்பனையாக கவிதை நிறைவுறுகிறது.

"MR. சஷ்டிக் கவசம்'–ஒரு எள்ளல் சித்திரமே. 'தயங்கித் தயங்கி நகரும் பேருந்து' கவிதை வெறும் வெற்று வரிகளாக முடிகிறது. 'என் காதல் கிழத்திக்கு நிகழ்ந்தது'–வும் ஒரு கிண்டல் கவிதையே. உறுமீன்களற்ற நதி தொகுப்பிலாவது சில கவிதைகள் அல்லது சில வரிகள் தேறுகின்றன. வாழ்க்கைக்கு வெளியே பேசுதல் தொகுப்பு மிக மிகச் சாதாரணமாகப், பக்கங்களைப் புரட்டித் தள்ள வைக்கிறது. கூட்டிக் கழித்துப் பார்க்கும் போது 'இசை'யின் கவிதைகளை விட அவர் சூட்டும் தலைப்புகளில் உயிர்ப்பிருக்கிறது. எங்கோ ஓரிரு வரிகளில் கிண்டலுக்கு இசை முயன்றாலும், இவரை முக்கியமான கவிஞரென்று கருத முடியவில்லை.

ஜெ. பிரான்சிஸ் கிருபா

பிரான்சிஸ் கிருபாவின் கவிதைகளில் அபாரமான கற்பனையும் புனைவும் மண்டிக் கிடக்கின்றன. பல இடங்களில் யதார்த்தமும் புனைவும் பிணைந்து திடீர் திடீரென்று படிமங்களாக வெளிப்படுகின்றன. இவரது கவிதைகளில் காதல் வயப்பட்ட கவியின் மனம் வேதனைகளில் அல்லாடு கிறது; கவிமொழியினால் நடப்புலகு, கனவுலகம் போல், சல்லாத்துணியினால் மூடப்பட்டது போல் காட்சி தருகிறது. பனி மூட்டத்திற்குள் தென்படும் புறவுலகெனத் தோற்றம் தருகிறது. இந்த மாயத்தை இவரது மொழி கவிதைக்குள் நிகழ்த்துகிறது. தனக்கென எவ்விதத் தனித்துவமான, இறுகிய விவரிப்புச் சட்டகத்தையும் பிரான்ஸிஸ் கிருபா கொண்டிருக்கவில்லை.

'தேவ மாதா திருநாள் / தூரத்து ஊர் மதினிகளை/இழுத்து வருகிறது/ஜோடித்து தேருக்கு இணையாய்...' என்று தொடங்கும் கவிதை ஒரு திருவிழாக் கொண்டாட்டத்தை விவரிக்கிறது. 'பழைய திருவிழா வளையல் கதைகளைத்/தழையத் தழைய பேசுகிறார்கள் ...' என்கிறார். இவ்வளவு மன நெருக்கத்துடன் திருவிழாவைப் பற்றி எந்தக் கவிதையும் எழுதப்படவில்லை என்றே தோன்றுகிறது.

ஒரு கவிதையில் 'பிறை செழிக்காத இரவுகளில்' என்ற சொல்லாட்சி தானே வந்து விழுகிறது. இன்னொரு கவிதையில், 'ஒளிச்சூளையின் மையத்தில் /துருவேறிய மேகத்தோடு...' என்றெல்லாம் படிமங்கள் விழுகின்றன. மேகத்தைத் 'துருவேறிய மேகம்'

என்கிறார். என்ன சொற் சேர்க்கை. இன்னொரு கவிதையின் இறுதி வரிகள், '...நினைவுக்கொடி நுனியில்/அடுத்த வரிக்காக/ தலைகீழாய்த் தொங்கும் மௌனம்' என்று முடிந்து வாசகனின் மனத்தைக் கிளர்ந்தெழச் செய்கின்றன. 'நினைவுக் கொடி நுனி', தலைகீழாய்த் தொங்கும் மௌனம்'...அபாரமான மொழி நெசவு; பிரமாதமான கற்பனை.

இன்னொரு கவிதையில், 'ஊர்வலத்தில் புகுந்து/கலவரம் கழற்றி எறிந்த காலணிகளாய்/எங்கும் சிதறிக் கிடந்தன/மோகத் தானிய மணிகள் ...' என்கிறார். கலவரம் நடந்த சாலையில் செருப்புகள் சிதறிக் கிடக்கும். இதைக் 'கலவரம் கழற்றி எறிந்த காலணிகள்' என்று யதார்த்தத்தையும் புனைவையும் இணைத்துச் சொல்லும்போது படிமம் மொட்டவிழ்கிறது. கலவரம் கழற்றி எறிந்த காலணிகளைப் போல மோகத்தின் தானிய மணிகள் சிதறிக் கிடக்கின்றன பிரான்சிஸ் கிருபாவுக்கு. ஒரு கவிதை காதலுணர்வை விவரிக்கிறது. கவிதையின் இடையே 'சலவைக்கிட்டுத் திரும்பிய கனவுகளை/மடிப்புக்கலையாமல் கையிலடுக்கி ...' என்கிற வரிகளில் புனைவும் நடப்புலகும் எவ்வளவு இயல்பாகப் பொருந்தி நிற்கின்றன. வியக்காமலிருக்க முடியவில்லை.

பேருந்தின் பயணத்தை விவரிக்கும் கவிதையின் நடுவில், பயணம் செய்துகொண்டே பூக் கட்டும் பூக்காரியைப் பற்றிய காட்சியை பிரான்ஸிஸ் கிருபா இப்படி விவரிக்கிறார்: 'பூக்கட்டும் விரல்களில் காட்டு மான்கள்/கொம்பைச் சிலும்புகின்றன ...' என்கிறார் கவி. பூவை நூலிலோ வாழை நாரிலோ வைத்துக் கோக்கும் விரல்கள், கவிஞருக்கு மானின் கொம்புகளாகக் காட்சி தருகின்றன. பிரமாதமான கற்பனை கவிதையாகிறது.

'குரலின் விரல்களால்/உன்னை/வருட வேண்டும் போலிருக்கிறது/எங்கிருக்கிறாய்/இப்போது/என்னிடமிருக்கும் தொலைபேசிப்/பசியை/எண்களால் பிசைகிறேன்' என்று முடிகிறது இன்னொரு கவிதை. 'குரலின் விரல்கள்'... குரலுக்கு விரல் இருக்கிறது கவிஞருக்கு. மொழியில் படிமம் எப்படியெல்லாம் தான் கூடி வருகிறது. 'தொலைபேசிப் பசியை எண்களால் பிசைகிறேன்' என்கிறார். போன் போடுவதை இப்படி மொழியால் அழகுபடுத்துகிறார் பிரான்சிஸ் கிருபா.

அழகையும் எழிலையும் மொழியினால் நெய்துகொண்டே இருக்கிறார் பிரான்சிஸ் கிருபா.

சமயவேல்

இவருடைய கவிதைகளில் 'யோனி' என்ற சொல் இல்லை. இதற்காகவே சமயவேலைப் பாராட்டத் தோன்றுகிறது. தற்காலக் கவிஞர்கள் தேவையில்லாமல், புணர்ச்சிக்கு யோனி என்றெல்லாம் எழுதி, பின் நவீனத்துவப் பம்மாத்து காட்டிக் கொண்டிருக்கும்போது, சமயவேலின் கவிதைகள் வெகு இயல்பாக உள்ளன. தனது அனுபவங்களையும் உணர்ச்சிகளையும் எவ்விதமான அலட்டல்களும் பெரிய மெனக்கெடல்களும் இன்றி, பாசாங்கின்றிக் கவிதைகளாக்குகிறார்.

இவருடைய 'அரைக் கணத்தின் புத்தகம்' என்ற தொகுப்பிலுள்ள முதல் கவிதை இது: 'காலம் காலமாக / பக்கங்கள் / கவிதைக்காகக் காத்திருக் கின்றன / காத்திருப்பதுதான் / பெருங்கவிதை என / அறியாத பக்கங்கள்...' எவ்வளவு எளிமையாக, அதே சமயம் முற்றிலும் புதிய கோணத்தில் கவிதையைத் தருகிறார். இவரிடம் கவிதைகள் தன்னியல்பாக நிகழ்ந்து கொண்டிருப்பது ஆச்சரியமாயிருக்கிறது.

புதுமை, நவீனம் கூடத் தம் போக்கில் நிகழ்கின்றன. 'கருந்தொப்பி' என்ற கவிதையில் வரும் கடைசி இரு வரிகள் 'பால் வாங்கிவிட்டு / புரியாமையின் அதிகாலைத் தெருவில் நடந்தேன்' என்று மிக நவீனமான வெளிப்பாட்டுடன் முடிகிறது. 'இழுவை விதிகள்' என்ற கவிதையில் 'வாழ்வோடு இணைய விரும்பாத வெற்று / நொடிகளின் போதையில் / மெல்லச் சுற்றுகிறது தலை' என்று முடிகிறது. அதிகாலைத் தூக்கம் குறித்த

விவரணைகளுடன் தொடங்கும் கவிதை காலைச் சோம்பலைப் புதிய சொல்லாட்சிகளுடன் முடித்துவைக்கிறது.

கவிதையில், உருவம் தானே அமைய வேண்டும். சமயவேலின் கவிதைகளில் உருவங்கள், விவரணையின் போக்கிலே அமைகின்றன.

பெரும்பாலான தற்காலக் கவிஞர்கள், தங்களுக்கென்று ஒரு கவிதைச் சட்டகத்தை, விவரிப்புமுறையைக் கஷ்டப்பட்டு வரித்துக்கொண்டு, அதற்குள் கவிதையைப் போட்டு முறுக்கிப் பூட்டிவிடுகின்றனர். அந்தக் கால தர்முசிவராம் முதல் இக்கால யவனிகா ஸ்ரீராம் வரை இந்தக் கவிதா தொழில் நுட்பம், கவிதைச் சட்டக முறை செயல்படுகிறது. சமயவேலிடம் இந்த அம்சமே இல்லை. ஒரே தொனி, ஒரே பாணியில் சமயவேல் கவிதைகளை எழுதவில்லை. இதனால் வாசகனுக்குச் சலிப்போ ஆயாசமோ ஏற்படுவதில்லை. ஜன்னல்களையும் வாயில் கதவுகளையும் திறந்து வைத்த, காற்றும் வெளிச்சமும் தங்கு தடையின்றி நுழையும் வீடு போல் இவருடைய கவிதைகள் உள்ளன.

அப்படியானால் சமயவேலின் கவிதைகள் அத்தனையும் முழுநிறைவான கவிதைகளா என்றால், அப்படி ஒரேயடியாக 'எல்லாமே அற்புதம்' என்று சொல்லிவிட முடியாது. 'இப்போது நீங்கள் என்ன செய்து கொண்டிருக்கிறீர்கள்' என்ற சமீபத்திய தொகுப்பின் தலைப்புக் கவிதை சாதாரணமாகத்தான் இருக்கிறது. 'மலைப் பயணம்', 'கதவுகள்', 'நீங்குதல்' போன்ற கவிதைகள் பெரிய அனுபவம் எதையும் தராமல் தட்டையாகத்தான் உள்ளன. இவையெல்லாம் விதிவிலக்குகள். எழுபது சதவிகிதக் கவிதைகள், கவிதைகளாகத் தேறுகின்றன.

பெரும்பாலும் ஊதிப் பெருக்கப்பட்ட சொற்களைத் தவிர்த்தல், 'தனிக் கவிதை நடை' என்று அலுப்பூட்டாமலிருப்பது, தேவையான உருவச் செறிவு போன்றவற்றுக்காக சமயவேலின் கவிதைகள் நல்ல வாசகனை நெருங்கி வருகின்றன என்று கூறலாம்.

ஷங்கர் ராமசுப்ரமணியன்

தமிழில் சிறிது காலத்திற்கு முன்பு கூட சங்கர், சங்கரன் என்று எழுதும் வழக்கமே இருந்து வந்தது. ஷங்கர் ராமசுப்பிரமணியனின் ஆரம்பகாலக் கவிதைகள் சிற்றிதழ்களில் வெளிவந்த போது சங்கர் ராமசுப்ரமணியன் என்றே வெளிவந்த நினைவு. 'ச' 'ஷ'வாக ஆனது எப்போது, எதன் பொருட்டு என்று தெரியவில்லை. இவர் 1995 முதல் கவிதைகள் எழுதிவருகிறார். தொடர்ந்து எழுதி வருவதன் மூலமும் வித்தியாசமான கவிதைகளை எழுதிப் பார்க்க முனைந்ததன் மூலமும் இவர் வாசகர்களின் கவனத்தை ஈர்த்துள்ளார். இவருடைய தேர்ந்தெடுக்கப்பட்ட கவிதைகள் 'ஆயிரம் சந்தோஷ இலைகள்' என்ற தலைப்பில் வெளியாகியுள்ளது. இத்தொகுப்பில் உள்ள கவிதைகள் கால வரிசைப்படித் தொகுக்கப்பட்டுள்ளதா – இல்லையா என்று தெரியவில்லை. பெரும்பாலும் கவிதைகளுக்குத் தலைப்பிட்டு விடுகிறார்.

'பிராயநதி' கவிதையில் '...சாயங்காலம் உன்மீது படரப் பேசிக் / கொண்டிருப்பதாய்...' என்று எழுதியுள்ளார். இதுபோன்ற வரிகள் இவரிடம் வாசகனை ஈர்க்கின்றன. கவிதை எப்படி சொல்லப்படுகிறது என்பதுதான் முக்கியம். காலம் யார் மீதாவது படர முடியுமா? இங்கே, கவிஞர் விவரிக்கும் பெண்ணின் மீது, சாயங்காலம் படர்ந்திருந்தது என்கிறார். 'இரவுடனான உரையாடல்' இல் 'இந்த நாள் தன் வயோதிக / இரவுக்குள் ஐக்கியப்பட / என்னையும் அழைக்கிறது...' என்கிறார். இதிலும்

காலம் இடம்பெறுகிறது. இரவு – வயோதிக இரவாகிவிடுகிறது. அபூர்வமான, நவீனமான சொல்லாட்சி.

பெரும்பாலான கவிதைகளுக்குள் பொருளின் தொடர்ச்சி இருப்பதில்லை. 'அதிரும் வனம்' என்ற கவிதை பத்தே வரிகளைக் கொண்ட சிறு கவிதைதான். வாசகனை ஒரு அமானுஷ்யத்திற்குள்ளும் புதிரான நிகழ்வுகளுக்குள்ளும் இட்டுச் சென்றுவிடுகிறார். 'ஒருநாள் / நான் பயணிக்கும் நெடுஞ்சாலை / சுழல் வழியாக மாற / பறவையின் எச்சமென / சாலையோரம் என் உடல் கிடக்கும் / மீந்திருக்கும் / நினைவின் குறிப்பிலிருந்து / வயலின் ஒன்று துடிக்க / நெடுஞ்சாலை / மரம் சூழ்ந்த வனமாகும்.' நிகழ்காலக் கவிதையின் சரியான உதாரணம் இக்கவிதை. காலம், சூழல் எல்லாம் உடைக்கப்பட்டு, ஒரு நான் லீனியர் தன்மையைக் கவிதைக்குத் தந்துவிடுகிறது.

பொதுவாக ஓவியம், சிற்பம், எழுத்து போன்ற கலைத் துறைகளில் ஈடுபடுகிறவர்கள் தங்களுக்கென்று ஒரு பாணியை அமைத்துக்கொள்வது இயல்பாகவே நடந்துவிடும். இதை அந்தக் கால எழுத்துலகம் 'தனித்துவம்' என்றது. தி. ஜானகிராமன், அசோகமித்திரன், தர்முசிவராம், ஞானக்கூத்தன் போன்றோரெல்லாம் தனித்த பாணியை நிறுவியவர்கள். தனித்துவம் கைவரப் பெற்றவர்கள். பெருங் கலைஞர்கள் இதைத் தாண்டிச் சென்றுவிடுவார்கள். நகலெடுப்பது போல், ஒன்றுபோல் இன்னொன்று என்று உருவாக்க மாட்டார்கள். விதம்விதமாகப் படைப்பது பெருங்கலைஞனின் இயல்பு. ஆனால் அது கலாபூர்வமாக இருக்க வேண்டுவது முக்கியம்.

ஷங்கர் ராமசுப்ரமணியனின் கவிதைகள் நிச்சயமாக, ஒன்றுபோல், நகல் எடுக்கப்பட்ட பாணிக் கவிதைகளல்ல. தனித்துவ எழுத்தைக் களைந்தவராக, விதம்விதமாக எழுதிப் பார்ப்பவராக அவர் தோன்றுகிறார். சில கவிதைகளில் மெலிதான கேலி தலைகாட்டுகிறது. (கவிதையைக் கவிஞர் கே. இப்படி) சில கவிதைகள் மடக்கி மடக்கி எழுதப்படும் வழக்கமான கவிதை வடிவத்தைத் துறந்து, உரைநடைத் தொனியுடன் நீண்ட நீண்ட வரிகளாகக் கூட (குதிரைகள், ரிசர்வ்லைன், வளர்ப்பு நாய்கள், கன்னியாகுமரி) எழுதப்பட்டுள்ளன. இது அவருடைய படைப்பு மனத்தைக் காட்டுகிறது. என்றாலும் பெரும்பாலான கவிதைகள் கலாபூர்வமாக வாய்க்கவில்லை. எங்கோ ஒரு வரி அபூர்வமாக வந்து விழுகிறது என்று சொல்வதைத் தவிர, இவரைப் பெருங் கலைஞர் என்றோ பெருங்கவி என்றோ கூற முடியாது.

சபரிநாதன்

கவிதை எழுதுவது பரவலாகிவிட்டது. ஜனநாயகத்தில் எல்லோருக்கும் கருத்துச் சுதந்திரம் உண்டு என்பதால் முகநூல் முதல் கவிதை எழுதுவது வரை சமூகத்தின் செயல்பாடு பரவலாகியதுடன், எண்ணிக்கையிலும் அதிகரித்துள்ளது. தினசரி தமிழ்நாட்டில் ஒன்றுக்கு மேற்பட்ட கவிதைத் தொகுப்புகள் வெளிவரும் நிலையில், கவிஞர்களின் எண்ணிக்கை பெருகி வழிகிறது. தங்களை நிலைநிறுத்திக்கொண்டுவிட்ட கவிஞர்களாக ஒரு நூறு பேராவது இருப்பார்கள். இந்த மாபெரும் கவிஞர் கூட்டத்தில் ஒரு கவிஞனாகத் தன்னை அடையாளப்படுத்துவது கடினமே. தனது கவிதையை வித்தியாசப்படுத்த நடையும் வடிவமுமே கவிஞனுக்கு எஞ்சியிருக்கின்றன. சபரிநாதனின் தொனியும் நடையும் முக்கியமாக நீண்ட வரிகளிலான வடிவமும் அவரது கவிதை களை வேறுபடுத்திக் காட்ட முயல்கின்றன.

மரபு துறந்த கவிதைகளானாலும், மூன்று நான்கு சீர்களைக் கொண்டே இக்காலக் கவிஞர்கள் தங்கள் கவிதை வரிகளை அமைத்துக்கொள்கிறார்கள். ஆனால் சபரிநாதனின் வரிகளில் ஆறேழு சீர்களுக்கு மேல் கூட உள்ளன. மிக நீண்ட வரிகள் இவரது கவிதைகளுக்கு எடுத்த எடுப்பிலேயே ஒரு தனித்துவத்தை இனம்காட்டிவிடுகின்றன. இது வெளிப்படையாகத் தெரியும் வித்தியாசம்.

அர்த்தத் தொடர்ச்சி நிகழாமலிருப்பதுதான் தற்காலக் கவிதைகளின் பாணி. சட்சட்டென்று வேறு

வேறு காட்சிகளை எழுதி ஒரு கவிதா போதத்தை உண்டாக்குவது இக்காலக் கவிதைகளின் போக்கு. யவனிகா ஸ்ரீராமிலிருந்து சபரிநாதன்வரை இக்கவிதா போதம் வாசகனை மயக்குகிறது. கலைடாஸ்கோப்பில் மாறி மாறித் தோன்றும் வண்ணங்களாய்க் கவிதை மாயத் தோற்றங்களைக் காட்ட வேண்டும். சினிமா மொழியில் இது ஒரு மான்டேஜ். ஓவிய மொழியில் இது ஒரு கொலாஜ். அபூர்வமாக 'பின்காட்சி ஆடியில் அஸ்தமனம்' போன்ற கவிதைகளில் ஒவ்வொரு பத்தியிலும் அர்த்தத் தொடர்ச்சி பின்னலுறுகிறது. '... முன்னொரு யுகம் தவச்சாலை இருந்த இடத்தில் இப்போது ஒரு இட்லிக்கடை' என்று எட்டுச் சீர்களுடன் முடியும் வரியைத் தொடரும் காட்சி அர்த்தத் தொடர்ச்சியைத் தருவதில்லை. 'இவ்வாறாக ஓர் ஈரப்புலர் காலையில் / என் குழப்பங்கள் யாவும் / மாசற்ற பூப்போன்ற / சின்னச்சின்ன வெள்ளை வட்டங்களாகி விட்டன / நீர் தெளித்த தளிரிலையில் ஆவி பறக்க நாலு இட்லிகள் / வாழ்வின் முன்னெப்போதும் இத்தனை தெளிவாக எதையும் கண்டதில்லை.'

'நீர் தெளித்த தளிரிலையில் ஆவி பறக்க நாலு இட்லிகள்' என்கிற வரிவரை ஒரு பொருள் தொடர்ச்சி இருக்கிறது. ஆனால் 'வாழ்வில் முன்னெப்போதும் இத்தனை தெளிவாக எதையும் கண்டதில்லை' என்று முடியும் பத்தி 'தெளிவு' என்று சொல்லப்படுவது வெறும் இட்லியின் வெண்மையா அல்லது மனத்தின் சமநிலையா என்பதை அறிய முடியவில்லை. பூடகம்தான் உள்ளது. இது ஒரு சொல் மான்டேஜ், சொற்களின் கொலாஜ்.

சபரிநாதன் மிக எளிதில், பிரம்மப் பிரயத்தனங்களின்றியே தன்னைத் தற்கால நவகவியாக நிறுவிக்கொள்கிறார்.

ஸ்ரீநேசன்

ஸ்ரீநேசனின் ‘காலத்தின் முன் ஒரு செடி’, ‘ஏரிக் கரையில் வசிப்பவன்’ ஆகிய இரண்டு கவிதைத் தொகுதிகளும் படிக்கக் கிடைத்தன. இவை எட்டாண்டு இடைவெளியில் வெளிவந்துள்ளன. ஸ்ரீநேசன் எப்படி எழுதுகிறார்? புற உலகம் எப்போதும் இருப்பதுதான். அதனுடன் கவிஞன் கொள்ளும் தொடர்பு அல்லது அதன் மீதான அவனது அகவுலகின் பிரதிபலிப்புதான் கவிதையை நிர்ணயிக்கிறது. மொழி என்ற நார் கொண்டு எப்படி அகக் காட்சிகளையும் புறக் காட்சிகளையும் பின்னும் விதத்தில்தான் கவிதையின் சூட்சுமம் அடங்கியிருக்கிறது.

பெரும்பாலும் ஸ்ரீநேசன் தனது வெளிப்பாட்டை மிக எளிதாகவும் கனத்த சொற் பூச்சுகளற்று இருக்குமாறும் அமைத்துக்கொள்கிறார். ஆனால் அவரது தொனி வழக்கமானதல்ல. கவிதைதோறும் ஸ்ரீநேசன் தேர்வு செய்யும் கரு, எளிதான தோற்றம் கொண்டு நின்றாலும், அது சொல்லப்படும் விதத்தில் ஒரு மாயத் தன்மையைக் கொண்டுவிடுகிறது. அமானுஷ்யத்துடனும் அதீதக் கற்பனையுடனும் கவிதையை உருவாக்குகிறார். இதனால் சாதாரண மான, எளிய புறவுலகம் வாசிப்பவனுக்கு வியப்பை அளிக்கிறது. நாடோடிகள் விற்பனை செய்யும் நரிப்பல்லைப் பற்றி ஒரு கவிதை:

‘வற்புறுத்தித் தந்த / குறத்தியின் / மிருக நரம்பிணைத்த / நரிப்பல் / லற்புதம் நிகழ்த்த வெண்ணி / சாகச மாய ணிந்த / இரவு குரல்வளை யில் / இருந்த பல்லே / நரியு ருவாய் / நாசுழற்றி எதிர்நிற்க

/திடுக்கிட்டு விழி (கிழி)த்து/பரியை நரியாக்கிய/கதை மனம்...' என்று (காலத்தின் முன் ஒரு செடி) நீளும் கவிதை குறத்தி, அவள் விற்கும் நரிப்பல் என்று நீட்சி பெறுகிறது. 'லற்புதம்' 'விழி(கிழி)த்து' என்றெல்லாம் சில சொல் விளையாட்டும் நடக்கிறது. இன்னொரு கவிதையில் (பேரண்டப் பட்சி) புவியைப் பறவை விழுங்கிவிடுகிறது. 'தீராத பெரும் பசி/கண்ட/பறவையின் பார்வையில்/புவியொரு/தான்யமெனத் தெரிய/விழுங்கி விட்டது/... இதை/இப்பேருந்தின் உள்ளிருந்து/காணும் என் இருப்பு/ தான்யத்தின்/உள்ளியங்கிக் கொண்டிருக்கும்/ஒரு சலனத்துள்/நிகழ்ந்துகொண்டிருக்கும்/ஓர் அணு.' விதைக்குள் உறங்கிக் கொண்டிருக்கும் அணுவையும் பறவையையும் முடிச்சுப் போட்டு கவிதை மலர்கிறது.

ஸ்ரீநேசனின் இரண்டாவது தொகுப்பான 'ஏரிக்கரையில் வசிப்பவன்' தொகுப்பில் மலைகளும் ஏரிகளுமான உலகில் அவர் சதா சஞ்சரிப்பது போன்ற காட்சிகள் தொடர்ந்து விரிகின்றன. 'இடைவெளி' கவிதை: 'கடவுளுக்கும் கடவுள்களுக்கும் இடையேயான தூரம்/அழுகிய ஆப்பிளின் சுவைக்கும்/திருடனின் கள்ளச் சாவிக்குமான இடைவெளியாக இருக்கிறது' என்று தொடங்குகிறது. இப்படியே கடவுளுக்கும் மனிதனுக்குமான தூரம், கடவுளுக்கும் விலங்குகளுக்குமான, பறவைகளுக்குமான, தாவரங்களுக்குமான, பூச்சி – சாத்தான்களுக்குமான தூரமென்று விரிகிறது. யதார்த்த உலகின் கூறுகளைப் பிட்டுப் போடுகிறார். கடக்க முடியாத தூரத்தை எது எதற்கோ ஒப்பிட்டுச் சொல்கிறார். அதற்கும் இதற்குமான தூரம், அதற்கும் இதற்குமான தூரம் என்று பத்திக்குப் பத்தி தொடரும் இது, சொல் விளையாட்டை விட்டு விடாத கவிதையாக இருக்கிறது. 'ஆமாம் எழுதிக்கொள்கிறேன்' என்ற கவிதையிலும் இந்த விளையாட்டு உள்ளது.

'கனவு மலை' என்ற கவிதையில் மலை அமர்கிறது, படுக்கிறது, தூங்குகிறது, கனவுகாண்கிறது... என்று மலை பல்லுருக்கொள்கிறது. ஸ்ரீநேசனின் கற்பனை எண்ணற்ற வர்ணச் சிறகுகளாய் விரிகிறது. இதமான சொற்களில் இதமான கவிதைகளை உருவாக்குகிறார். பெரும்பாலும் வேகத்தையும் பரபரப்பையும் தவிர்க்க முயல்கிறார். இதுவே இவரது தனி அடையாளம் என்று சொல்லத் தோன்றுகிறது.

சுகுமாரன்

சுகுமாரனின் முதல் கவிதையை அவர் 16ஆவது வயதில் எழுதியதாகத் தெரிகிறது. ஏழு தொகுப்புகள் வெளிவந்துள்ளன. 2019இல் தனது எல்லாக் கவிதைகளையும் ஒரே தொகுப்பாக 'சுகுமாரன் கவிதைகள்' என்ற தலைப்பில் தொகுத்துள்ளார். தொகுப்பிற்குத் தன்னுரையாக எழுதிய 'தன்மொழி'யில் கவிதைகுறித்த அவரது அணுகுமுறையைக் கூறுகிறார். 'கவிதையை ஒரு மலினப் பண்டமாகக் கருதக் கூடாது, அனுபவத்தில் தைக்காத ஒரு வரியையும் ஏற்கக் கூடாது, புரியாத வகையில் எழுதக் கூடாது, பொய்யான ஒன்றைச் சொல்லக்கூடாது, பகட்டான உணர்வைக்காட்டக் கூடாது' – என்று தனக்குத்தானே பல விதிகளைச் சுகுமாரன் வகுத்துக்கொண்டிருப்பதாகக் கூறுகிறார். அவருடைய கவிதைகளைப் படிக்கும்போது, இந்த விதிகளையும் கட்டுப்பாடுகளையும் அவர் மீறாமல் இருப்பதும் உறுதியாகிறது.

தொகுப்பிலுள்ள முதல் கவிதையான 'வளர்ப்பு மிருகங்கள்' என்ற கவிதையும் சரி, 'சாவா மருந்தை / வேண்டாமென்று விலக்கிய பின்பு / பத்தியம் பார்ப்பதேன்/மடநெஞ்சே' என்கிற கடைசிக் கவிதையும் சரி தெளிவாகவே, பூடகமற்று, இருண்மையற்று எழுதப்பட்டிருக்கின்றன. கவிதை, வாசகனுக்குப் புரிந்துவிடக் கூடாது என்பதற்காகவே இக்காலக் கவிஞர்களில் பலர், கவிதைக்குள் அர்த்தத் தொடர்ச்சி நிகழ விடுவதில்லை. இரண்டு வரிகளுக்கு மேல் பொருளும், வரிகளிலுள்ள சிறு தெளிவும் தொடர

இக்காலக் கவிஞர்கள் அனுமதிப்பதில்லை. படிமம், நான் லீனியர் என்று வாசகனைப் பயமுறுத்துகின்றனர். சுகுமாரனிடம் இந்த மாதிரியான பயமுறுத்தல்கள் எதுவும் இல்லை.

தாவித்தாவி ஓடாமல், அர்த்தங்களைக் கோத்து சுகுமாரன் எழுதுகிறார். பெரும்பாலும் படிமங்களற்ற கவிதைகளையே எழுதுகிறார். சில கவிதைகளில் ஒரு வியப்புக்காக அமானுஷ்யத்தைக் கலக்கிறார். சொற்களின் இணைவில் வெடிக்கும் அர்த்தத்தைத் தொடர்கிறார். 'எல்லாப் புன்னகைகளும் மண்டையோட்டின் முகத்தில் ஒட்டப்பட்டவை' (கோடைகாலக் குறிப்புகள் – 1) என்கிறார். 'எல்லாப் புன்னகைகளும் மண்டையோட்டில் ஒட்டப் பட்டவை' என்று இருந்தாலே போதும். ஆனால் சுகுமாரன் தெளிவாகச் சொல்ல விரும்புவதால் 'முகத்தில்' என்ற சொல்லைக் கூடுதலாகச் சேர்க்கிறார். அதே கவிதையில் 'பட்டறைச் சாயச் சேற்றில் / அழுகிய பூக்கள்' என்றாலே போதும். சுகுமாரனோ தெளிவுக்காக 'பட்டறைச் சாயம் கலங்கிய சேற்றில் / அழுகிய பூக்கள்' என்று எழுதுகிறார். 'கலங்கிய' என்ற சொல்லை உபரியாகச் சேர்க்கிறார்.

இத்தொகுப்புக்கு முன்னுரை எழுதிய கீதா சுகுமாரன் 'சுகுமாரன் கவிதைகளில் உரையாடல் வடிவமே அவரது கவிதைகளில் மொழியின் ஒழுங்கைத் தீர்மானிக்கிறது' என்கிறார். உண்மைதான். சுகுமாரன் வாசகனுடன் தனது கவிதைகளின் வழியே பல தொனிகளில் உரையாடுகிறார். வாழ்க்கைகுறித்த மெய்ம்மையே இவரது கவிதைகளாக விரிகின்றன. அதனால் புறக் காட்சிகள், இயற்கை குறித்த வர்ணனைகள் தொகுப்பில் அபூர்வமாகவே தென்படுகின்றன.

எதையும் வலியுறுத்தி ஸ்தாபிக்க வேண்டும் என்ற தன்முனைப்பு இவரது நடையில் இல்லை. தான் எளிமையான வரிகளின் கவிஞன் என்று அறியப்பட விரும்புகிறவராக சுகுமாரன் தோன்றுகிறார். அவரது கவிதைகளின் சாராம்சமும் இதுதான்.

தேவதேவன்

1970களில் தேவதேவன், தனது வித்தியாச மான கவிதைகளால் இலக்கிய வாசகர்களிடையே ஒரு தனியிடத்தைப் பெற்றிருந்தார். 1976இல் வெளிவந்த அவரது 'குளித்துக் கரையேறாத கோபியர்கள்' தொகுப்பு, பரவலான வாசகர்களின் கவனத்தைப் பெற்றிருந்தது நினைவுக்கு வருகிறது. தவிர சி.சு. செல்லப்பாவின் 'எழுத்து' பத்திரிகையின் மூலம் அறிமுகமான தர்மு அரூப் சிவராம் அதே எழுபதுகளில் கவிதையுலகில் தீவிரமாகச் செயல் பட்டு வந்தார். அவர் தேவதேவனின் கவிதைகளைப் பாராட்டியது, அக்கால இலக்கிய உலகில் முக்கிய மாகக் கருதப்பட்டது. இதனாலும் தேவதேவன்மீது வாசக வெளிச்சம் பாய்ந்தது. கவிதைகளும் கட்டுரைகளுமாக இதுவரை தேவதேவன் 41 நூல்களை எழுதியிருப்பது ஒரு கணிசமான சாதனைதான். இவற்றில் பெரும்பாலானவை கவிதைத் தொகுப்புகளே என்கிறபோது ஆச்சரியம் தொற்றிக்கொள்கிறது.

இவ்வளவு நீண்டகாலமாகவும் நிறையவும் கவிதைகள் எழுதிவருகிற தேவதேவன், கவிதையில் அதன் உச்சத்தைத் தொட்டிருப்பார் என்று எண்ண இடமுண்டு. 2016இல் வெளிவந்த 'நுனிக்கொம்பர் நாரைகள்' 2019இல் வெளிவந்த 'ஏஞ்சல்' ஆகிய அண்மைக் காலத்திய இரு கவிதைத் தொகுப்புகளையும் மிகுந்த எதிர்பார்ப்புடன் புரட்டிய போது, ஏமாற்றமே மிஞ்சியது. கவிதைக்கு உணர்ச்சியும் மொழியும் மிக முக்கியம்.

உணர்வெழுச்சியில்தான் கவிதை பிறக்கிறது. ஆனால் இந்த இரு தொகுப்புகளிலும் உள்ள வரிகள் தட்டையானவையாகவும், ஆகி வந்த பழக்கத்தினால் எழுதப்பட்டவையாகவுமே காட்சி தருகின்றன.

தற்காலத்தில் புதிதாக எழுதவந்துள்ள கவிஞர்கூட, 'எத்துணை, காண்'—என்பன போன்ற, சென்ற நூற்றாண்டின் ஆரம்ப காலத்தில் புழக்கத்திலிருந்த அரதப் பழசான சொற்களைப் பயன்படுத்தவே மாட்டார். ஆனால் தேவதேவன் இவற்றைச் சர்வசாதாரணமாகப் பிரயோகிக்கிறார்.

கருத்துக்கு எதிராக இயங்குவது போல், 'நுனிக்கொம்பர் நாரைகள்' தொகுப்பில் சில இடங்கள் அமைந்துள்ளன. ஆனால் இது சாத்தியமே இல்லை. கருத்தில்லாமல் கவிதை முழுச் சாத்தியமல்ல. 'கருத்து நிலைகளில் வாழ்வு இல்லை / வாழ்வைப் பிரித்து மோத வைத்து / குருதியும் காயங்களுமாய்த் / துன்புறுத்துவது அது...' என்கிறார் (பக்:12). சிறுபிள்ளைத்தனமான, ஆழ்ந்த புரிதலோ உண்மையோ இல்லாத பார்வை இது. கருத்தை வெறுப்பவர், மீண்டும் கருத்தைத்தான் வாசகனின் முன்பு வைக்கிறார். 'கருத்து நிலைகளில் வாழ்வு இல்லை' என்று சொல்வதே ஒரு கருத்துதானே? பல கவிதைகளில், இவர் கருத்துக்களுக்கு எதிரானவராய் இருப்பதை, இவரது கவிதை வரிகள் சுட்டுகின்றன.

தேவ தேவனுக்குப் 'பூணூல்' தொந்தரவாக இருப்பதையும் சில கவிதைகள் சுட்டுகின்றன. பூணூல் அணிந்த உயர் ஜாதியினரின், பிராமணர்களின் மேட்டுக்குடித்தனம் ஒரு காலத்தில் சமூகத்தில் கோலோச்சியது உண்மை. ஆனால் சமீப நாட்களில் அவர்கள் ஒதுக்கப்பட்டுவிட்டனர். இப்போது தலித், பிற்படுத்தப்பட்டோர் என்ற பூணூலற்றவர்கள்தான் சமுதாயத்தில் முன்னிலை வகிக்கின்றனர். இதைக் கணக்கில் கொண்டவராகத் தேவதேவன் தோன்றவில்லை. 1940, 50—களிலேயே இவர் வாழ்வது போல் தோன்றுகிறது.

தற்காலக் கவிதை எவ்வளவோ நுட்பமான வெளிப்பாட்டையும் அடர்த்தியையும் கொண்டுள்ளது. 'ஏஞ்சல்' தொகுப்பில் 'ஒளிநடம்' என்ற கவிதையின் இறுதி வரிகள் இவை: '...அய்யோ / இப்படியொரு நாட்டியப் பேரழகியை / இன்னார் என எப்படிச் சொல்வேன்' என்று கத்துக்குட்டி கவிஞரைப் போல், உணர்வு மழுங்கிய வரிகளை எழுதியுள்ளார். 'விண்ணில் பறந்து திரிய...' (ஏஞ்சல்) என்ற கவிதையில் 'விண்ணில் / பறந்து திரிய ஆங்கே / என்ன இருக்கிறது'. 'ஆங்கே' என்ற சொல்லின் பழமை கவிதையில் இசைவின்றி எழுதப்பட்டுள்ளது. ஒரு பிரக்ஞையுள்ள கவிஞன் இந்தச் சொல்லைப் பயன்படுத்தவே மாட்டான். அதே

கவிதையிலுள்ள அடுத்த வரியோ, இன்னும் மோசம். 'ஆழ்ந்தமைந்து அடங்கியதுவாய்' என்கிறார். சென்ற நூற்றாண்டின் தமிழ்ப் பண்டிதராகவே உருமாறிவிட்டார் தேவதேவன். இப்படிப் பண்டிதரான பின் கவிதை எங்கே வரும்?

தேவதேவன் ஒரு காலத்தில் கவிதை எழுதியவர். இப்போது அவர் ஒரு பழைய பெருங்காய டப்பாதான். கவிஞன் அவரை விட்டு விடைபெற்றுப் பலகாலமாகிவிட்டது.

கலாப்ரியா

இதைச் சொல்ல நான் தயக்கமோ கூச்சமோ படவில்லை. பாரதி, ந.பிச்சமூர்த்தி, ஞானக்கூத்தன், தர்முசிவராம், என் நண்பர்களான கல்யாண்ஜி, விக்ரமாதித்யன் கவிதைகளைவிட எனக்கு கலாப்ரியாவின் கவிதைகளையே பிடிக்கிறது. கலாப்ரியாவின் கவிதைகள் மட்டுமே என் மனத்துக்கு நெருக்கமாக இருக்கின்றன. இக்காலக் கவிஞர்களையும் படித்துவிட்டுத்தான் இதைச் சொல்கிறேன். பாரதி முதல் இன்றைய ஷங்கர்ராம சுப்பிரமணியன்வரை உள்ள கவிதைகளை, கவிதை களுக்கு வெளியே நின்றுதான் ரசிக்க முடிகிறது. ஆனால் கலாப்ரியாவிடம் மட்டுமே அவரது வரிகளுக்குள் சென்று தோய முடிகிறது. காணாமல் போக முடிகிறது. அவரது கவிதைகளில் நான் என்னை இழக்கிறேன்.

ஒருகாலத்தில் மதுரை ட்டி.ஆர். நடராஜன், கலாப்ரியாவின் கவிதைகளை தாகூரின் நகல் என்றார். ந. பிச்சமூர்த்தியின் கவிதைகளைப் பற்றி அருமையான கட்டுரைகளை எழுதிய சி.கனகசபாபதி, கலாப்ரியாவின் கவிதைகள் விடலைத்தனமான காதல் கவிதைகள் என்பது போல் குறிப்பிட்டார். ஆனால் கலாப்ரியா முன்னுதாரணம் கூற முடியாத, சுயம்புவான தொனியில் எழுதிய மகத்தான கவி. ந. பிச்சமூர்த்திக்கும் தர்முசிவராமுவுக்கும் பிறகு காவியத் தன்மை வாய்ந்த நீண்ட கவிதைகளை எழுதியவர் கலாப்ரியா மட்டுமே. வங்க நாவல்களில் ஒரு காவியச் சோகம் இருக்கும். அந்தச் சோகம் கலாப்ரியாவின் கவிதைகளில் அப்படியே உள்ளது; சொல்லிக் கொண்டே போகலாம்.

அவரது முதல் தொகுப்பான 'வெள்ளம்' தொகுப்பில் உள்ள முதல் கவிதை இது:

என் கற்பனையில் நீ
கருத்தரித்துப் பெற்ற
பால் தந்து பழக்கியிராத
பிள்ளைகள் அழுகின்றன
தங்களுக்கு உன்
ரத்தம் வேண்டுமென

இந்த முதல் கவிதையே அவரது கவிச் சந்தத்தை வெளிப்படுத்தி விடுகிறது. இது போன்ற உக்கிரமான தொனியையும் வரிகளையும் பார்த்துவிட்டுச் சிலர் கலாப்ரியாவைக் கலகக்காரர் என்கின்றனர். உக்கிரத்தின் இன்னொரு பெயர் கலகமா? 'நேரம் கழித்துக்/ குளிக்கின்றன / மரத்தடியில் சிந்திய / மலர்கள் / மழை பெய்கையில்' –இந்தக் கவிதை என்ன கலகம் செய்கிறது?

கலாப்ரியாவின் வரிகள் அழுத்தமானவை. அதனாலேயே அவை நவீன கவிதையின் மரபார்ந்த குணங்களான மென்மையுணர்வைக் கொண்டிராதது போன்ற தோற்றத்தைத் தந்து 'இவர் மரபு மீறிய கலகக்காரரோ' என்று எண்ண வைக்கின்றன. கலாப்ரியா உன்னதம், மென்மை என்ற பேரில் பூசி மெழுகுவதில்லை. அப்பட்டமாகப் போட்டு உடைக்கிறார். 'வாசலோரம் வந்து/ நிற்கும் வசந்தத்தை/வரவேற்கிறது/நேற்றைய கடைசிப்/பனியில் செத்துப்போன/சொறிநாய்' என்கிற கவிதையும், 'காயங்களுடன் / கதறலுடன் ஓடி / ஒளியுமொரு பன்றியைத்/தேடிக் கொத்தும் / பசியற்ற காக்கைகள்' என்கிற கவிதையும் யதார்த்தத்தை மெருகிட்டுப் பூசாமல் அப்படியே சொல்லுகின்றன.

சுயம்வரம், எட்டயபுரம் முதலான நெடுங்கவிதைகளைத் தமிழின் நேற்றைய, இன்றைய கவிஞர் எவரும் இத்தனை உக்கிரமாக எழுதவே முடியாது. மெல்ல மெல்லக் காலப்போக்கில் படிப்படியாகப் பரிணமித்த கவியல்ல கலாப்ரியா. ஒரு கவிஞனுக்குரிய சகல அம்சங்களுடனும் தோன்றிய கவிஞராக இவரது ஆரம்பகாலக் கவிதைகளே கூறுகின்றன. சுயம்புவாய் வெடித்துக் கிளம்பிய கவி கலாப்ரியா. '...நகல் செய்ய முடியாத வெளிச்சம். பின் தொடர மட்டுமே முடியும்' என்று கல்யாண்ஜியான வண்ணதாசன் சொன்னதுதான் சரி.

சுயம்வரம், ஞானபீடம், எட்டயபுரம் முதலான நீண்ட கவிதைகள், அவரது வித்தியாசமான முயற்சிகளைப் பிரதிநிதித்துவப் படுத்துகின்றன. இவற்றிலும் அவரது ரௌத்ரமிக்க வரிகளுக்குப் பஞ்சமில்லை. 'போ/மைக்கறை பற்றிக்/கவலைப் படாத/பேனாரிப்பேர்க்காரனாய்ப்போ/இல்லை/காலம் மறந்துபோய்/நாய்களின்

நாக்குத்/தொங்கல் போல/விதியென/தலைப் பாகையுடன்/வெற்று மார்புடன்/கோர்ட்/தாலுகாபீஸ்/கலெக்டரேட்/வெராண்டாத் தவமியற்றுகிற/கிராமத்துக்காரனாய்ப் போ...' (சுயம்வரம்) யதார்த்தத்தை அதன் நொறுங்கல்களுடன், வண்ணதாசன் சொன்னதுபோல், யாராலும் பின்பற்ற முடியாத சன்னத வரிகளை விதைக்கிறார் கலாப்ரியா. இந்தத் தொனி, இந்த நடை தமிழுக்குப் புதுசு.

1970களின் ஆரம்பகாலத்தில் அவரது கவிதைகள் கிளர்ச்சியும் வியப்புமூட்டின. இவை, இந்த 2021லும் தொடர்கின்றன. காலத்தால் வறண்டு, சருகாகி விடாத கவிதைகளை கலாப்ரியா நிறைய எழுதி, தமிழின் முக்கியமான, தவிர்க்க முடியாத கவியாய் எழும்பி நிற்கிறார்.

விக்ரமாதித்யன்

சுமார் ஐம்பதாண்டுகளாக விக்ரமாதித்யன் கவிதைகள் எழுதி வருகிறார். சில வாசகர்களும் இவரது சக கவிஞர்கள் சிலரும், இவருடைய கவிதைகள் சித்தர்கள் கவிதையைப்போலிருக்கின்றன என்கிறார்கள். இது எந்த அளவுக்குச் சரி என்று சொல்வது கடினம். இவருடைய கவிதைகளில் ஆன்மீகமோ ஆன்மீகத் தேடலோ இல்லை. கோவில்களை, தெய்வங்களை ஒரு விவரணைத் தொகுப்பாகத்தான் சில கவிதைகளில் ஆங்காங்கே விதைக்கிறார். நூற்றுக்கு நூறு சதவிகிதம் லௌகீகத்தில், நடப்புலகில் கால் பாவி நிற்கும் கவிதைகளை இவரைப்போல் வேறெந்தத் தமிழ்க் கவியும் எழுதவில்லை.

வாழ்க்கை குறித்த, லௌகீகம் அல்லது நடுத்தர வர்க்கம் குறித்த இயலாமையும் சோகமுமே பெரும்பாலும் இவரால் கவிதையாக்கப்பட்டுள்ளன. ஆறு, மலர்கள், பெண்களின் அழகு போன்ற அம்சங்கள் அபூர்வமாகத் தென்படுகின்றன. அவையும் கவிஞரது கருத்துக்களாகவே வெளிப்படுகின்றன. கருத்து அல்லது அபிப்ராயமாகவே இவருக்குக் கவிதைகள் வாய்க்கின்றன. பெரும்பாலும் உரத்த, உறுதியான குரலில் எழுதுகிறார்.

> ...ஜன்னலில் தோன்றி மறையும்
> சமைந்த பெண்கள் முகமே போல
> பளிச்சிட்டுப் போகும் மின்னல்...

என்கிற வரிகள் லௌகீகத்தில், நடைமுறை உவமையில் பிறந்தவைதாம்.

...மலையேறும் வாழ்க்கையில்
மஹா உன்னதம் தேடியென்ன லாபம்

என்று மனித ஸ்திதியைப் பட்டவர்த்தனமாக எழுதிவிடுகிற வரிகளில் சித்தர்களின் தொனி இருக்கலாம்.

பெரும்பாலும் சொற்களுக்காக விக்ரமாதித்யன் மெனக்கெடுவதில்லை. எளிய, அன்றாடம் புழங்கும் சொற்களைக் கொண்டே கவிதைகளை எழுதுகிறார்.

...பசிக்கு
கொஞ்சம் கூட்டாஞ்சோறு
ருசிக்கு
கொஞ்சம் லாலாக்கடை அல்வா
போதும் போதும்...

சமயங்களில் வெறும் விபரங்களை, தகவல்களையே அடுக்கி எழுதி, ஒரு நவகவிதைத் தோற்றத்தை ஏற்படுத்திவிடுகிறார்.

'இமய/மலை/விந்திய சாத்பூரா/மலைத் தொடர்/மேற்குத் தொடர்ச்சி மலை/கங்கை/நதி/காவிரி/யாறு–' என்று விபரங்களை அடுக்கிக் கொண்டும் போகிறார்.

ஐம்பதாண்டு கால எழுத்தும், கவிதைச் சேகரமும் வாசகனின் மனத்தில், 'இவரது கவிதை நடை தனித்துவமானது' என்று எண்ண வைக்கிறது; இது உண்மையும் கூட.

கல்யாண்ஜி

வண்ணதாசன் என்ற கல்யாணசுந்தரம், கவிதைகளை எழுதத் தேர்ந்தெடுத்த 'கல்யாண்ஜி' என்ற பெயர், அவர் கவிதைகளை எழுத ஆரம்பித்த காலத்தில் புதுமையானதுதான். 'ஜி' என்பதில் ஒரு வட இந்தியத் தன்மை உள்ளது. சிவ. கல்யாணசுந்தரம் என்ற சொந்தப் பெயரில் சில மரபுக் கவிதைகளையும் கல்யாண்ஜி எழுதியிருக்கிறார். இப்போதும் அபூர்வமாக மரபுக் கவிதைகளை இனிய சந்த ஒழுங்குடன் எப்போதாவது எழுதத்தான் செய்கிறார். அவரது கடிதங்கள், சிறுகதைகள், மேடைப் பேச்சு எல்லாமே ஒரு கவியின் மனத்திலிருந்து வெளிப்படுகிறவைகளாகத்தான் இருக்கின்றன. கவிதை முயங்கிய மனது கல்யாண்ஜிக்கு. அதனால் கல்யாண்ஜியிடமிருந்து எப்போதும் தன்னியல்பாகவே கவிதை சொட்டிக்கொண்டிருக்கிறது. பாரதி, கண்ணதாசனுக்குப் பிறகு இவரிடமே இந்தக் கவிதை மனம் துலங்குகிறது.

தமிழ்ச் சொற்கள் கல்யாண்ஜியிடம் அனாயாசமாக வெளிப்படுகின்றன. எந்த மெனக்கெடலும் இல்லை. அவருடைய அக உலகும் மொழியும் வெகு இயல்பாகப் பொருந்திப் போகின்றன. இதைத் தேர்ந்த வாசகனால் உணர முடியும். கவிதை என்றால் பெரும்பாலும் சொல் விளையாட்டுத்தான். இதை கல்யாண்ஜி லாகவமாகப் பயன்படுத்துகிறார். புதுக்கவிதை அல்லது நவீன கவிதையில் பழைய மரபார்ந்தயாப்பு, சந்த ஒழுங்குகளுக்கு இடமில்லை. என்றாலும் உலகிலுள்ள அனைத்திலும் இருக்கிற ஒழுங்கு, இக்காலக் கவிதைகளில், தொனியின்

ஒழுங்காக இருக்கிறது. இதற்கு கல்யாண்ஜி கவிதைகள் விலக்கல்ல. ‘தொனி’, உருவத்தைச் சமைக்கிறது; நடையையும் கூட.

‘உடைந்து சிதறாமல் / மயிரிழைக் கீறலிட்டிருக்கும் / இந்த முட்டையைப் போல் இருக்கிறது / உடைந்து சிதறாமல் / மயிரிழைக் கீறலிட்டுக் கொண்டிருக்கும் / இந்த வாழ்வும்.’

—இதுதான் அவரது கவிதை பாணி அல்லது நடை. மொழியை, சொற்களை மடக்கி மடக்கிப் போட்டு எழுதுவதுதான் கல்யாண்ஜியின் தனித்துவம். அவரது மேடைப் பேச்சிலும் இந்த மொழி மடக்கை உணர முடியும்.

இந்த பாணி ஒருவிதமான சொல் அடைசலைக் கவிதைக்குள் தோற்றுவிக்கிறது. ஆனால் இந்தச் சொல் அடைசல் இல்லாத கவிதைகளையும் அவரால் எழுத முடிந்துள்ளது. தேங்கிக் கிடக்கும் தண்ணீரைப் போல் இல்லாமல், ஓடும் ஆறு போலவும் சில கவிதைகள் உருவாகியுள்ளன.

> சிறு இடைவெளிக்குப் பின் வீடு திரும்புகிறோம்
> துப்புரவு செய்தவர்களால் திறக்கப்பட்டிருந்தன
> எல்லாக் கதவுகளும் சன்னல்களும்
> எட்டுத் திசையிலிருந்தும் புகுந்திருந்த வெளிச்சத்தில்
> மூச்சுத்திணறல் துவங்கியது எங்களுக்கு
> அத்து மீறி நுழைந்திருந்த ஒளியை
> இருவரும் சேர்ந்து அகற்ற வேண்டியது இருந்தது.

—என சொல் மடக்குகள், சொல் அடைசல் இல்லாமல் இக்கவிதை பரந்து விரிகிறது. குறுங்கவிதைகளில் இந்தச் சொல் அடைசல் அதிகமாக உள்ளது. இதைக் கல்யாண்ஜியால் தவிர்க்க முடியும். ஒரு கவிதையில் இப்படிக் கூட அபாரமாக எழுதிச் செல்கிறார். ‘. . . கிழட்டு எருமை வெயிலை அசைபோட்டு / வாலால் நடுப்பகலைத் துடைத்தது . . .’ என்று எழுதுகிறார். அடுத்த வரி ‘கருநீலச் சிறுமலர் மேலொரு / வெயிலின் சொட்டு சிந்தியிருந்தது...’ என்கிறார். ‘வெயிலின் சொட்டு’ —என்ன ஒரு படிமம்?

இன்றும் தினசரி முகநூலில் கல்யாண்ஜி குறுங் கவிதைகளை எழுதிக் கொண்டிருக்கிறார். இவை புத்தகமாகவும் வரக் கூடும். ஒரு கவிஞராக அசாதாரணமான கவிதைகளையும் சாதாரணமான கவிதைகளையும் ஒரே சமயத்தில் எழுதுகிறார் கல்யாண்ஜி.

ஞானக்கூத்தன்

ஞானக்கூத்தன் என்ற ரங்கநாதன், தமிழின் புகழ்பெற்ற கவிஞர். தனது ஐம்பது ஆண்டுகாலக் கவிதைச் செயல்பாட்டில் அறுநூறு கவிதைகள் எழுதியிருக்கிறார். இவரது சமகாலக் கவிஞர்கள் எவரும் இவ்வளவு கவிதைகளை எழுதியதாகத் தெரியவில்லை.ஞானக்கூத்தனுக்குளள்ளலும்கேலியும் வெகு இயல்பாக வருகின்றன. அரசியலை, சமூகத்தை, மனிதர்களை ரொம்பச் சரளமாகக் கேலி செய்கிறார். இக்காலக் கவிஞர்களில் சிலர் அம்மென்றால் கவிதை, இம்மென்றால் கவிதை என்பது போல், தினசரி கவிதைகளை முகநூலில் எழுதிக் குவிக்கின்றனர். நல்ல வேளையாக ஞானக்கூத்தனுக்கு இது லபிக்கவில்லை. அந்தளவில் இவர் சுயம்புவான கவிஞரே.

கவிஞனோ எழுத்தாளனோ அரைத்த மாவையே அரைத்து, அதைத் 'தனித்துவம்' என்று பெருமிதப்பட்டுக் கொண்டிருக்கக் கூடாது. வித்தியாசமான கருப்பொருள், வித்தியாசமான நடை, தொனியில் நவநவமாய் எழுதிப் பார்க்க வேண்டும். ஞானக் கூத்தனிடம் இந்தத் தன்மை உள்ளது. இதுவே அவரைச் சிறந்த கவிஞராக்குகிறது. இவரது கவிதைகள் பல்வேறு சொல்முறைகளில், பல்வேறு நடைகளில் எழுதப்பட்டிருக்கின்றன. நாடகாசிரியர் ந. முத்துசாமிபோல், தனது பல கவிதை களில் அரசியல்வாதிகளையும் சமூகத்தையும் ஞானக்கூத்தன் கேலி செய்கிறார். தமிழ்க் கவிதையுலகில், இது வேறு எந்தக் கவிஞரிடமும் காணப்படாத ஒன்று. 'பிரச்னை' என்ற அவரது முதல் கவிதை இது:

திண்ணை இருட்டில் எவரோ கேட்டார்
தலையை எங்கே வைப்பதாம் என்று
எவனோ ஒருவன் சொன்னான்
களவு போகாமல் கையருகே வை.

இருட்டில் தலையை யாராவது களவாடி விடுவார் என்று நகைச்சுவையாகத் தோன்றியிருக்கிறது கவிஞருக்கு. மொழிக்காகவும் ஞானக்கூத்தன் மெனக்கெடவில்லை. சாதாரண மனிதர்களின் புழங்கு சொற்களையே கவிஞர் பயன்படுத்துகிறார்.

'காலவழுவமைதி' என்ற கவிதையில் மேடைப் பேச்சையும் அரசியல்வாதிகளையும் ஒரு தனியான கவிமொழியில் அபாரமாகக் கிண்டல் செய்கிறார். 'யோசனை' என்ற கவிதை கவிஞர்களை நக்கல் செய்கிறது. கீழ் வெண்மணிக் கொடுமையைக் கூட ஞானக்கூத்தன் தனக்கே உரிய பாணியில் கவிதையாக்கியுள்ளார். இவரது ஆரம்பகாலக் கவிதைகளான கீழ் வெண்மணி, நாய், தோழர் மோசிகீரனார், மஹ்ஹான் காந்தி மஹ்ஹான், அம்மாவின் பொய்கள், சைக்கிள் கமலம், அன்று வேறு கிழமை முதலான கவிதைகள் அவை வெளிவந்த காலத்தில், சிறு பத்திரிகைச் சூழலில் பெருத்த கவனத்திற்குள்ளானவை. வேறு எந்தக் கவிஞரும் இத்தனை எண்ணிக்கையில் வாசகர்களின் கவனத்தை ஒரே மாதிரி ஈர்த்ததில்லை. இது ஞானக்கூத்தனுக்கும் அவரது கவிதைகளுக்கும் கிடைத்த சிறப்பு.

ஞானக்கூத்தன் கனமான சொல்லாட்சிகளையோ அல்லது உரத்த, கனத்த தொனியையோ சொற்களையோ கவிதைகளில் கையாளவில்லை. இது அவரது கவிதைக் கொள்கைக்கு முரணானதும் கூட. அதனால்தான், வாசகர்களை மருளவைத்து மிரட்டும் படிமங்களுக்கு ஞானக்கூத்தன் முயன்றதே இல்லை. படிமங்களில் ஒரு ரொமான்டிக் தன்மை இருக்கிறது. இதை ஞானக்கூத்தன் கவனமாகத் தவிர்த்துவிடுகிறார்.

ஞானக்கூத்தனின் கவிதைகள் தனிவிதமானவை. தமிழின் மிகமிக முக்கியமான கவிஞர் என்று, அவரது ஆரம்பகாலக் கவிதை முயற்சிகளே நிரூபித்துவிட்ட ஒன்று.

சுந்தர ராமசாமி

1959இல் சி.சு. செல்லப்பா நடத்தி வந்த 'எழுத்து' பத்திரிகையில் சுந்தர ராமசாமி 'பசுவய்யா' என்ற புனைப் பெயரில் 'உன் கை நகம்' என்ற கவிதையை எழுதியிருந்தார். இதுவே அவர் எழுதிய முதல் கவிதை. 'பசுவய்யா' என்ற பெயரில் சு.ரா. நிறையவே எழுதியிருந்தாலும், பிற்காலத்தில், சுந்தர ராமசாமி என்ற ஒரு பெயர் போதும் என்று அவர் முடிவு செய்துவிட்டார். சு.ரா.வின் கவிதைகளைப் பற்றி ராஜமார்த்தாண்டன் இவ்வாறு குறிப்பிடு கிறார்: "ஆழ்ந்த வாழ்க்கைப் பார்வை, செறிவான – கச்சிதமான கவிதையமைப்பு, கேலியும் கிண்டலும் கலந்த அங்கதம், நுட்பமும் நூதனமும் கூடிய கவிதை மொழி, வாழ்க்கையின் அர்த்தம் சார்ந்த கேள்விகளை எழுப்பும் இடையறாத தேடல், காலந்தோறும் தன்னைப் புதுப்பித்துக் கொள்ளும் தன்மை" என்று வரையறை செய்கிறார்.

சு.ரா.வுக்குக் கவிதை மீது தனி ஈர்ப்பு இருந்திருப் பதை அவரது சில கவிதை வரிகள் கூறுகின்றன. பல கவிதைகள் கனமான சிந்தனைகளுடன் எழுப்பப்பட்டிருக்கின்றன. வெளிவந்த காலத்தில் ஆந்தைகள், நடுநிசி நாய்கள் போன்ற கவிதைகளின் மறைபொருள் இலக்கிய உலகில் பெரிதாகப் பேசப்பட்டது நினைவுக்கு வருகிறது. தன்னிரக்கமோ அவநம்பிக்கையோ அபூர்வமாகத் தென்படு கின்றன. உன் கவிதையை நீ எழுது, சவால், ஆந்தைகள், பின் திண்ணைக் காட்சி, நடுநிசி நாய்கள் முதலான கவிதைகள் பல வாசகர்களைக் கவர்ந்தவை. சில கவிதைகள் உரத்து தொனிக்கின்றன.

முதல் கவிதையான உன் கை நகமே, சற்று உரத்த குரலுடன் தீவிரத்தன்மை கொண்டிருப்பதாகத் தோற்றம் தருகிறது. அவரது பெரும்பாலான கவிதைகளின் அடிப்படைத் தொனி இந்த முதல் கவிதையிலேயே தொடங்கிவிடுகிறது. 'நகத்தை வெட்டியெறி – அழுக்குச் சேரும்' என்ற வரி தீவிரமும் எள்ளலும் கலந்து தொனிக்கிறது. அடுத்த கவிதையான 'கதவைத் திற'வும் இதே தன்மைகளைக் கொண்டிருக்கிறது. எழுத்து, அதை ஆள்பவனான எழுத்தாளன் என இந்த இரண்டு விஷயங்களும் பெருமைக்குரியவை என்று கருதியவர் சு.ரா. தனது எழுத்துக் கலைமீது தீராத நம்பிக்கை கொண்டிருந்தவர் (என் எழுத்து). இதை அவர் சன்னமாகவோ அழுத்தமாகவோ கவிதைகளிலும் பதிவுசெய்துள்ளார். 'என்னை அழிக்க யாருண்டு / எழுத்தில் வாழ்பவன் அன்றோ நான்' என்று பெருமிதம் பொங்க எழுதுகிறார்.

இதே தொனியில் 'சவால்' என்ற கவிதையிலும் உரத்துப் பிரகடனம் செய்கிறார். '...வாளுண்டு என் கையில் / வானமற்ற வெளியில் நின்று/மின்னலை விழுங்கிச் சூலுறும்/மனவலியுண்டு/ ...எனது கொடி பறக்கிறது / அடிவானத்துக்கு அப்பால்'. நாய்கள் சு.ரா.வின் கவனத்தை விரிவாகவே ஈர்க்கின்றன. நடுநிசி நாய்களும், நான் கண்ட நாய்களும் நவீன தமிழ்க் கவிதைப் பரப்பில் தனித்துவம் கொண்டு நிற்கின்றன. மெலிதான கிண்டல் இந்த இரண்டு கவிதைகளிலும் ஊடாடுகிறது.

பெரும்பாலும் தனது அனுபவங்களை சு.ரா. நேரடியான மொழியில் சொல்லுகிறார். அதனால் அவரது கவிதைகளில் படிமங்கள் தென்படுவதில்லை. கவிதையைத் தனது அக அழகை வெளிப்படுத்துவதற்காக சு.ரா. பயன்படுத்தவில்லை. அவரது சிந்தனை, தர்க்கத்தின் கீற்றுகளைக் கொண்டே கவிதைகளை உருவாக்குகிறார். இந்த வகையில் சு.ரா.வின் கவிதைகள் தனித்த அடையாளத்துடன் இருக்கின்றன.

தர்முசிவராம்

ந. பிச்சமூர்த்தியின் காலத்தில் கவிதை, புதுக்கவிதை என்றுதான் அழைக்கப்பட்டது. பிச்சமூர்த்தி தனது கவிதைகளில் ஏராளமான படிமங்களை எழுதினார். பிச்சமூர்த்திக்குப் பிறகு தமிழில் படிமங்களைக் கவிதைகளில் எழுதியவர் தர்முசிவராம் என்ற தர்மு அரூப் சிவராம். இவரது சமகாலத்தியக் கவிஞரான ஞானக்கூத்தனைப் போல் அறுநூற்றுக்கும் மேற்பட்ட கவிதைகளை ஒன்றும் தர்மு சிவராம் எழுதிவிடவில்லை. தர்முசிவராம் தான் வாழ்ந்த காலத்திலேயே இரண்டு கவிதைத் தொகுப்புகளை வெளியிட்டுவிட்டார். இவரது முதல் கவிதைத் தொகுப்பான 'கண்ணாடியுள்ளிருந்து' 'அஃக்' இலக்கியச் சிற்றேட்டில் வெளிவந்தது. இரண்டாவது தொகுப்பான 'மேல் நோக்கிய பயணம்' சில ஆண்டுகளுக்குப் பின் வெளிவந்தது. இரண்டு தொகுப்புகளிலுமே ஏராளமான படிமங்கள்.

தர்மு சிவராம், பெரும்பாலும் அவரது கவிதைகளுக்காகவே அறியப்பட்டாலும், அவர் சில சிறுகதைகளும் இலக்கிய விமர்சனக் கட்டுரைகளும் லினோகட் ஓவியங்களும்கூட செய்து பார்த்திருக்கிறார். 'கவிதை வாசகனுக்குப் புரிய வேண்டுமா, வேண்டாமா' என்ற கருத்து முரண் நீண்டகாலமாகவே விவாதிக்கப்பட்டு வருகிறது. சங்கக் கவிதைகளை உரை இல்லாமல் புரிந்துகொள்வது கடினமே. கம்பராமாயணம், சிலப்பதிகாரம் போன்றவற்றுக்கும் உரை இருந்தால்தான் ரசிக்க முடியும். இது பாரதி வரை உள்ள தமிழ்க் கவிதைகளுக்குப் பொருந்தும்.

கவிஞர்கள் மொழிக்குள் தங்களை இழக்கும்போது அபூர்வமான சொற்சேர்க்கைகள் ஜனிக்கின்றன. இது படிமங்களில் சர்வசாதாரணமாக நிகழ்கிறது. தர்முசிவராம் கவிதைகளில் திடீர் திடீரென்று படிமங்கள் வந்து விழுகின்றன.

> ...வைரத் தூசிகளாய்
> கோடானுகோடி
> பெருவடிவச் சூரியர்கள்
> அணுகி அளைந்த
> சிரிப்பின் கலீர்...

'வைரத் தூசி' என்பது படிமம். இது கவிஞர் மொழிக்குள் ஆழ்ந்து கிடந்தபோதுதான் இந்தச் சொற்சேர்க்கை சம்பவித்திருக்க முடியும். அதனால் சில சமயங்களில் கவிதை வரியின் பொருள் புலப்படுகிறது. சில சமயங்களில் மொழிக்குள் பொருள் புதைந்து காணாமல் போகிறது. 'பசுந்தரை' என்ற கவிதையில்

> கருகாத தவிப்புகள் கூடி
> நாவின் திரி பிளந்து
> அணையாது எரியும் ஒருபெயர்
> நீ
> புதுநெருப்பில் இடை புதைத்து
> வெளியில் எரியும் வகிடெடுத்து
> திரண்டு சிவந்தவர்
> நீ
> என் நரம்பு வலைதொறும் விரியும்
> உன்தீத்தளிர் வடிவுகளை
> என் தழுவல்கள் கவ்வி
> மின் நதியைப் புணரும்
> சர்ப்பச் சுருணைகளாய்
> எரிந்து சிந்த...

நாவின் திரி, எரியும் வகிடு, சர்ப்பச் சுருணை — இவையெல்லாம் படிமங்கள். சுருண்டு கிடக்கிற பாம்பு கவிஞருக்குச் சர்ப்பச் சுருணையாகத் தோற்றம் கொள்கிறது. மொழிக்குள் தன்னை இழந்தால்தான் இது சாத்தியம்.

பொதுவாக இலக்கியகர்த்தாக்கள் கேலி, கிண்டலைத் தவிர்த்துவிடுவார்கள். 'பகடி இலக்கியமாகாது' என்ற பொதுச் சிந்தனை ஏற்பட்டுப் போயிருக்கிறது. ஆனால் அசல் கவிஞரான தர்முசிவராம் தனது கவிதைகளில் கேலியையும் கையாளுகிறார். 'பியானோ' என்ற கவிதையில் கேலியும் குத்தலும் பொங்குகிறது. 'வெ.சா' என்ற வெங்கட் சாமிநாதனின் 'உள்வட்ட' கோட்பாட்டை தர்மு சிவராம் கேலி செய்கிறார், சாடுகிறார்.

> ...அடடா! ஆனாலும்
> இண்டியன் கர்நாட்டிக்

மியூசிக்கிற்கு
அப்புறம்தான் இது
நம்ப கல்ச்சர்
ஸ்பிரிச்சுவல் ஆச்சே
என்று உருண்டன
உள்வட்டத்து
அசட்டுக் கற்கள்...

அதிகமாக எழுதாவிட்டாலும், குறைவான கவிதைகளிலேயே தன்னை ஒரு தனித்துவமான, தவிர்க்க இயலாத கவிஞராக நிலைநிறுத்திக் கொண்டுள்ளார் தர்மு சிவராம்.

நகுலன்

பாரதியின் வாழ்வும் அவரது கவிதைகளும் ஒரு சேர தமிழ் வாசகர்கள் மத்தியில் முக்கியத்துவம் பெறுகின்றன. அவரது கவிதைகளைப் போலவே, பாரதியார் வறுமையில் வாடினார், குருவிக்கு அரிசி போட்டார், அதிலும் சமையலுக்கு வைத்திருந்த அரிசியை எடுத்துப் போட்டார், கடையத்தில் கழுதையைக் கட்டிப் பிடித்தார், ஒரு தலித்துக்குப் பூணூல் அணிவித்தார் போன்ற அவரது வாழ்நாளில் நடந்த சம்பவங்களும் வாசகக் கவனத்தை ஈர்க்கின்றன. தற்கொலைசெய்து கொண்ட ஆத்மாநாமின் வாழ்க்கைச் சம்பவமும் அவரது கவிதையளவுக்குப் பேசுபொருளானது. கண்ணதாசனைப் பற்றிய கதைகளும் வாசக உலகில் உலாவருகின்றன. இதுபோல், நகுலனின் கவிதை களை விட அவரது வாழ்வு வாசக மனப்பரப்பில் அதிகம் பேசு பொருளாகியுள்ளன.

நகுலன் திருமணமே செய்துகொள்ளாமல் வாழ்ந்தது பலரது கவனத்தைக் கவர்ந்துள்ளது. அவரது குடிப்பழக்கமும் முக்கியத்துவம் பெறுகிறது. அவரது கவிதைகளில் இடம்பெற்றுள்ள தனிமை, சூனிய நிலை போன்றவை அவரது வாழ்வுடன் பொருத்திப் பார்க்கப்படுகிறது. பாரதிக்குப் பிந்திய கவிஞர்களில் நகுலன் மிக முக்கியமான கவிஞர். அவருடைய பாணி அல்லது கவிதை நடை தனித்துவமானது. ந. பிச்சமூர்த்தி போல் சில பகுதிகளில் அது தத்துவார்த்தமான புதிர்களைத் தொடுகிறது.

'தனிமை' என்ற பொருள், பல கவிதைகளில் வெளிப்பட்டாலும் அதை நகுலன், சோகமாக்கவில்லை. அதை ஒரு ஸ்திதியாக, நடப்பாகவே எழுதிச் செல்கிறார். நகுலன் எப்படி எழுதுகிறார்?

சிலை முன்ப
பல பேசி
என்ன பயன்?
வலை வீசி
விலை பேசி
பல பேசும்
சிறு மானுடன்
சிலை முன்
பல பேசி
என்ன பயன்?

லேசான ஓசை ஒழுங்கும், சொற்களைத் திரும்பத் திரும்பச் சொல்லும் கவிஞர்களுக்கே உரிய சொல் விளையாட்டும் கொண்ட கவிதை வரிகள் இவை. ந. பிச்சமூர்த்தியைப் போல் வெகு சில கவிதைகளில் மரபார்ந்த, தத்துவார்த்த, ஆன்மீகம் தலைகாட்டுகிறது.

சிலைமுன் / கற்சிலைமுன் / பேச்சென்ன? / மூச்சென்ன? / சிலை பேச? / ஆலயம் ஒலிக்க / கல்லும் கலிக்கச் சிறுமானுடன் / செவி சாய்த்துக் கேட்டான்? / சிவனுக்குமுண்டோ / செவ்விய நா / கண்ணுண்டோ? / செவியுண்டோ? / சொல் – என்கிற வரிகள் சிலை வணக்கத்தைக் கேள்விக்குட்படுத்துகின்றன. கடவுள் சிலையாக இருக்கும் கற்பனையை உடைத்தெறிகின்றன. சில வரிகள் சித்தர்களின் நீட்சி போலும் அமைந்துள்ளன.

என்னைக் கல்லென்று
சொல்லின் என்;
சொல்லென்று பேசின்என்;
சதாசிவமே காண்நான்...

நகுலனின் கவிதைகளில் ராமநாதன் என்ற பேரில் க.நா.சு.வும் மௌனி, காசியபன் முதலான இலக்கியவாதிகளும் சிறு குறிப்புகளாக இடம்பெறுகிறார்கள்.

அவருடைய புகழ்பெற்ற கவிதைகளில் ஒன்று:

இருப்பதற்கென்று தான்
வருகிறோம்
இல்லாமல்
போகிறோம்.

இந்திய ஞானத்தின் நீட்சி போலும், வாழ்வின் நிலையாமை குறித்தது போலும் இவ்வரிகள் அமைந்துள்ளன.

ராமச்சந்திரனா
என்று கேட்டேன்
ராமச்சந்திரன்
என்றார்
எந்த ராமச்சந்திரன்
என்று நான் கேட்கவில்லை
அவர் சொல்லவுமில்லை.

இதுவும் நகுலனின் பிரபலமான கவிதை. இது நடப்பியல் வாழ்வில் நிலவும் அர்த்தமற்ற தன்மையைக் குறிக்கிற பகடி என்றும் கொள்ளலாம். வாழ்வின் அபத்தத்தை, அர்த்தமற்ற தன்மையை நகுலன் அடிக்கடி கூறுகிறார். இப்படி ஒரு கவிதை: ரயிலை விட்டிறங்கியதும்/ஸ்டேஷனில் யாருமில்லை/அப்பொழுதுதான் /அவன் கவனித்தான்/ரயிலிலும் யாருமில்லை என்பதை; ...' இந்த வரிகள் ஒரு அமானுஷ்யத்தையும் வாழ்வின் அர்த்தமின்மையையும் சுட்டுகின்றன. அலுப்புற்ற மனது 'கோட்–ஸ்டாண்ட் கவிதைகள்–' என்ற தொடரில் 'தேகத்தையே உரித்து/கோட்–ஸ்டாண்டில்/ தொங்கவிடுகிறான் ...' என்றெல்லாம் எழுதுகிறது.

சூரல் நாற்காலி, வெற்றிலை – பாக்கு, குப்பி, புஸ்தகங்கள் என்றே திரும்பத் திரும்ப வாழ்ந்து வரும் ஒருவர் அலுப்புறுவதில் எந்த வியப்புமில்லை. எப்போதாவது சமயங்களில் '...தொட்டு/ உணர்ந்தது போல்/அவனுக்கும் தன்னைத்/தொட்டுத் தொட்டுத் /தன்னையே உணர/வேண்டுமென்ற/ஒரு கட்டுக்கடங்காத/ ஆவல்...' என்று நகுலனின் மனம் பீறிடுகிறது. அவருடைய அம்மா கண் தெரியாததால் மகனைத் தடவித் தடவி உணர்கிறார். அதுபோல் தன்னையே அறிய நினைக்கிற நகுலனின் மனது இந்திய ஆன்மீகத்தின் சடங்குகளுக்கு அப்பாற்பட்ட மெய்ம்மையைத் தேடியலைகிறது.

இக்கால அறிவியலின்படி 'நான்' என்பது மரபணுக்களின் குவியல் என்று சொல்வது தவிர வேறொன்றும் இல்லை. ஆனால் கடவுள், சிலை வழிபாடு இவற்றில் நம்பிக்கை இல்லாத ரமணர் போன்றோர் தேடிய மெய்ம்மை அல்லது சுய விசாரம் ந.பி.யைப் போல் நகுலனையும் கவர்ந்துள்ளது. அது நகுலனிடம் இருப்பு குறித்த கேள்வியாகவும், சமயங்களில் இருப்பில் வெளிப்படும் அர்த்தமின்மையை உணர்ந்த தன்மையாகவும் வெளிப்படுகிறது. இதுவே நகுலனின் தனித்துவமாகவும், அவரை நவீனத் தமிழ் இலக்கியத்தில் முக்கியமான கவிஞராகவும் நிலைநிறுத்துகிறது.

க.நா.சு. (மயன்)

க.நா.சு.வின் கவிதைகளை எழுபதுகளிலிருந்து அவ்வப்போது படித்திருக்கிறேன். அந்த நாட்களில் எல்லோருடைய கவிதைகளும் (நாவல்கள், சிறுகதைகளும்தான்) பரவசமுறச் செய்தது போல் இந்த 73 வயதில் க.நா.சு.வின் கவிதைகள் எந்தப் பரவசத்தையும் தரவில்லை. எல்லாக் கவிஞர்களிடமும் தோய்ந்து சரணாகதியடைந்துவிடாமல், விலகியிருந்து பார்ப்பதைப் போலவே படித்தேன். உருவ அளவிலும் எளிய எழுத்து நடை என்ற அளவிலும் இவரது கவிதைகளை இப்போது மீண்டும் படித்தபோது, அண்மையில் வாசித்த சபரிநாதனின் கவிதைகள் நினைவுக்கு வந்துசென்றன. தனது தொகுப்புகளுக்கு எழுதிய முன்னுரைகளில் 'கவிதைக்கு எதிர்காலம் இல்லை' என்று க.நா.சு. குறிப்பிட்டுள்ளார். ஆனால் இது பொய்யாகிவிட்டது. தேவைக்கு அதிகமாகவே இப்போது கவிதைத் தொகுப்புகள் வெளிவருகின்றன. இவற்றில் சில தொகுப்புகள் தேறவும் செய்கின்றன.

க.நா.சு., ந.பிச்சமூர்த்தியைப் போல் உணர்ச்சிப் பெருக்கானவரல்ல. அவரது நாவல்கள், கட்டுரைகளில் நிதானத்தை உணர முடியும். எளிமையும் இருக்கும். இந்த நிதானமும் எளிமையும் அவரது கவிதைகளிலும் அடிநாதமாக ஓடுகின்றன. உரைநடையைப் போலவே கவிதையையும் தட்டையாக எழுதிச் செல்கிறார். இது அவரது படைப்புலகின் இயல்பு. நிறையச் சிந்திக்கிற மனத்தின் வெளிப்பாடு உணர்ச்சிகரமாக இருக்காது. அதனால், உணர்ச்சியைப் பற்றிக் கொண்டு முகிழ்க்கும்

மொழியழகு க.நா.சு.வின் கவிதைகளில் இல்லை. சிந்தனையை, கருத்தையே கவிதையாக க.நா.சு. எழுதுகிறார்.

'இன்னொரு ராவணன்' என்றொரு ஆரம்பகாலக் கவிதையும் கருத்தின் விவரிப்பாக வளர்ந்து முடிகிறது. ராவணன், ராமன், சீதை என்ற சமுதாயப் புராண நினைவுகளை நிகழ்காலத்துடன் பொருத்துகிறார். சினிமா வில்லனாகத் தோன்றுகிறார் ராவணன். கடைசியில் இந்தக் காலத்தில் எப்படி ராம – ராவணன்கள் தோன்றுவார்கள் என்று கேள்வியெழுப்புகிறார். '... இன்று / லங்கையே லங்கையாக இல்லையே / எப்படி ராமனும் சீதையும் ராவணனும் / தோன்றுவார்கள்? தோன்றினாலும் / தெரிந்து சொல்லும் வால்மீகிகள் எங்கே' என்று முடிகிறது கவிதை. கடைசி வரியிலுள்ள 'தெரிந்து சொல்லும்' என்ற சொல்லாட்சி அவரது கட்டுரைகளில் பல இடங்களில் வருவதுதான்.

'அனுபவம்' என்ற கவிதையில் 'யாரோ எழுதிய நூல்களைக் கிடைக்கும்போதும் / படித்துப் படித்துப் பார்வை / குறுகிப் போகிறதே தவிர ஞானம் / பிறக்கவில்லை என்று படிப்பதை / நிறுத்திவிட்டேன் ...' என்கிறார். இதுவும் சிந்தனை வீச்சுதான். புதுமைப்பித்தனுடன் பழகியவர் க.நா.சு. அவரது நினைவை 'புதுமைப்பித்தன்' என்ற கவிதையில் எழுதியிருக்கிறார். புதுமைப்பித்தனுடன் பழகியதால் இவருக்கும் கேலி, கிண்டல் வருகிறதா அல்லது இவரே இயல்பில் நகைச்சுவையுணர்ச்சி கொண்டவரா என்று தெரியவில்லை.

'நாவலாசிரியை' என்ற கவிதையில், '... கவிதைக்கு வாஹ் வாஹ் போட / என்றுமே பத்தாயிரம் பேர் இருப்பார்கள் / நாவல்களுக்கு வாஹ் வாஹ் தேவையில்லை ...' என்று கேலி, குத்தலுடன் ஒரு வெகுஜன நாவலாசிரியையை விமர்சனம் செய்கிறார். வெகுஜன எழுத்தை அவர் பல கட்டுரைகளில் விமர்சித்து எழுதியுள்ளார். அந்தக் கருத்தின் தொடர்ச்சியாகவே இந்தக் கவிதை அமைந்துள்ளது.

சரஸ்வதி பத்திரிகையில் 1958இல் வெளியான 'பேச்சாளர்' என்ற கவிதை புதுமைப்பித்தனை நினைவுபடுத்துகிறது. பின்னாட்களில் இந்தக் கேலியையும் குத்தலையும் ஞானக்கூத்தன் தனது கவிதைகளில் முயன்று பார்த்துள்ளார். '... முருகன் புகழ் பாட வேண்டுமா? சைவ ஞான சாரந்தன்னைக் / கசக்கிப் பிழிந்து உருத் தெரியாது ஓட்டி உருட்ட வேண்டுமா? / நாரணன் புகழ்தான் நவில வேண்டுமா? எது வேண்டும் உமக்கு, / சொல்லும், சொல்லும் ...' '... ஐந்தரை மணிக் கூட்டத்துக்கு ஆறு / மணிக்கெல்லாம் வண்டியை ஞாபகமாய் அனுப்பிவிடும் / நான் தயார்...' என்றெல்லாம் கேலி இழையோடுகிறது. ஒரு கவிதையில்

கி.வா.ஜ.வை, ராயர்கபேயை அறிமுகப்படுத்தி வைத்ததற்காக நன்றி கூறுகிறார். இலக்கிய அளவில் கி.வா.ஜ.வை மதிக்க மாட்டேன் என்பதையும் மறக்காமல் பதிவுசெய்கிறார் க.நா.சு.

க.நா.சு. தனது முன்னுரையில், 'கவிதை எழுதப் படிமங்கள் தேவையில்லை' என்று கூறுகிறார். அதைத் தனது கவிதைகளில் கடைப்பிடித்தும் உள்ளார். தனது மனோபாவத்துக்கு ஏற்றவாறு இலக்கியக் கொள்கைகளைக் கட்டுரைகளில் நிறுவியுள்ளது போல், கவிதைகளையும் தனது இயல்புக்கு ஏற்றவாறுதான் எழுதியிருக்கிறார்.

ந. பிச்சமூர்த்தி

தற்காலக் கவிதை பாரதியின் வசன கவிதையிலிருந்து தொடங்கினாலும், இக்கவிதை வடிவத்தை நிலைபெறச் செய்த, புதுக்கவிதையின் பிதாமகனுமான ந. பிச்சமூர்த்திக்குத்தான் இக்காலக் கவிஞர்களும் கவிதையுலகும் கடன்பட்டிருக்கின்றனர். பிச்சமூர்த்தியின் முதல் கவிதையான காதல் 1934இல் மணிக்கொடியில் வெளியானது. 'மாந்தோப்பு வஸந்தத்தின் பட்டாடை உடுத்திருக்கிறது' என்று அக்கவிதை தொடங்குகிறது. இக்கவிதை ஏறத்தாழ பாரதியின் வசனகவிதையைப் போலவே உள்ளது.

ந.பி. இந்திய வேதாந்தத்தில் ஈடுபாடு கொண்டவர். காந்தியின் கொள்கைகளிலும் அவருக்கு இணக்கம் உண்டு. அவரது முதல் தொகுப்பான 'காட்டு வாத்து' சி.சு. செல்லப்பாவின் எழுத்து பிரசுர வெளியீடாக வந்தது. பிச்சமூர்த்தியின் கவிதைகள் எளிய பேசுமொழியில் எழுதப்பட்டவை போல் தோன்றும் அளவுக்கு அவரது கவிமொழியும், எடுத்துக் கொண்ட கவிப் பொருளும் அமைந்திருக்கின்றன. யதார்த்தம் துலங்க எழுதியவர் ந.பி. 'பெட்டிக்கடை நாரணன்' என்ற கவிதையில் சிறு வியாபாரியின் நடைமுறைகளை, '...குங்குமத்தைத் தண்ணீரோடு/ குலுக்கிக் கலர்கள் செய்தேன்/தயங்காமல் உப்பைப் போட்டு/தனியான சோடா செய்தேன்/ஏழைக் கென்றிரங்கி/எளிதான விலையில் விற்க/கருவாடு போன்ற வாழைப்/ பழங்களும்...' என்கிறார். நாரணனின் வியாபாரத்தில் குங்குமத் தண்ணீர் கலராகிறது. உப்புப் போட்டு சோடா தயாராகிறது.

வாழைப் பழம் கருவாடு வண்ணத்தில் கருப்பாக இருக்கிறது. மெலிதான கேலி இது.

படிமத்தின் பிதாமகனும் பிச்சமூர்த்திதான். தற்காலக் கவிதையில் படிமத்தை முதல்முதலாக எழுதிக் காட்டியவர் ந.பி. முதல் கவிதையான 'காதல்' என்ற கவிதையின் முதல் வரியிலேயே 'மாந்தோப்பு வஸந்தத்தின் பட்டாடை உடுத்தியிருக்கிறது' என்று எழுதி 'வஸந்தத்தின் பட்டாடை' என்ற படிமத்தைத் தமிழுக்கு அறிமுகப்படுத்துகிறார். 'கொம்பும் கிணறும்' என்ற ஆரம்பகாலக் கவிதை ஒன்றில் இப்படியொரு படிமம் வந்து விழுகிறது. '...அணிலைப் போல் கொம்பேறி / ஒளிக்கனி கடிப்போம்...' என்கிறார். இந்த 2021லும் ந.பி. பிரயோகித்த 'ஒளிக்கனி' என்ற படிமம் காலத்தால் அழியாத புதுமையையும் கவித்துவத்தையும் கொண்டிருக்கிறது. பிச்சமூர்த்திக்குப் பிறகு எழுத்துவில் எழுத வந்த தர்முசிவராம், படிமத்தைத் தாராளமாக எழுதிப் படிம உத்தியை நிலைநிறுத்துகிறார்.

பாரதியைப் போல் நீண்ட கவிதைகளையும் பிச்சமூர்த்தி எழுதியிருக்கிறார். அவரது 'வழித்துணை' அபாரமான நீண்ட கவிதை. பாரதியின் குயில் பாட்டுக்குச் சமமான நவீன கவிதை 'வழித்துணை.' குயில் பாட்டைப் போல் வழித்துணையிலும் பிச்சமூர்த்தி இந்திய வேதாந்த விசாரத்தைப் பொதிந்து தருகிறார். நவீன கவிதை, படிமம் இப்படிப் பல்வேறு கவிதா உத்திகளுக்கும் பிச்சமூர்த்தி முன்னோடியாக இருக்கிறார்.

காலச்சுவடு பப்ளிகேஷன்ஸ் (பி) லிட்.
Published by Kalachuvadu Publications (Pvt. Ltd.),
669, K.P. Road, Nagercoil 629001, India
Phone: 91-4652-278525
e-mail: publications@kalachuvadu.com

12/2022/S.No. 1083, kcp 3893, 18.6 (1) rss